தாய்வழிச் சமூகம்: வாழ்வும் வழிபாடும்

ஆசிரியர்

மதுரை கோ. சசிகலா

தடாகம்

தடாகம்

தாய்வழிச் சமூகம்

- ஆசிரியர் : கோ.சசிகலா © ஆசிரியருக்கு
- முதற்பதிப்பு : டிசம்பர் *2019* • அட்டை ஓவியம் :
- வடிவமைப்பு : வெ. பாலாஜி

Thaaivazhich Samugam

- *Author :* **G. Sasikala**
- © *Author* • First Edition - December - 2019

Published by Thadagam, 112,Thiruvalluvar Salai,
Thiruvanmiyur, Chennai 600041
Phone : +91- 44 - 4310 0442 | +91 - 89399 67179
www.thadagam.com • info@thadagam.com

ISBN: 978-93-88627-16-0
INR : ₹ 160

தமிழம்

ஆசிரியர் குறிப்பு

முனைவர் கோ. சசிகலா அவர்கள் மதுரையில் பிறந்தவர். பெற்றோர் கிருஷ்ணவேணி - கோபாலகிருஷ்ணன் தம்பதியர் ஆவர். மதுரை காமராஜர் பல்கலைக்கழகத்தில் தமிழ் இலக்கியத்தில் இளங்கலை மற்றும் முதுகலைப் பட்டம் பயின்றவர். தொல்லியல் மற்றும் கல்வெட்டியல் முதுகலைப் பட்டயப்படிப்பை தமிழ்நாடு அரசு தொல்லியல் துறையில் கற்று, அத்துறையிலேயே முனைவர் பட்டமும் பெற்றவர். கற்றல், கற்றல் வழி ஆய்தல், ஆய்தலில் தேடல், தேடலில் தெளிவு, தெளிவின் அறிவில் பிறர் பயனுற வாழ்தல் என்னும் நெறியில் தொல்லியல் மற்றும் கோயிற்கலை ஆய்வாளராக தன்னுடைய பணியைச் செய்து வரும் இவர் இதுவரை கோயிற்கலைகள் சார்ந்த நான்கு நூல்களை எழுதியுள்ளார். **100**-க்கும் மேற்பட்ட வரலாறு, தொல்லியல் மற்றும் தமிழ் தொடர்பான கருத்தரங்குகளில் பங்கேற்று **50**-க்கும் மேற்பட்ட ஆய்வுக் கட்டுரைகளை எழுதியுள்ளார். தமிழகம் முழுவதும் தொல்லியல் தொடர்பான களஆய்வுகளை மேற்கொண்டு **60**-க்கும் மேற்பட்ட சங்ககால வாழ்விடங்களை கண்டறிந்தமை மற்றும் மதுரை மாவட்டத்தில் முதன் முதலாக வெள்ளிமலை என்னுமிடத்தில் இரண்டு நடுகற்களை கண்டறிந்து ஆவணப்படுத்தியமை ஆகியவை இவரது களப் பணிகளில் குறிப்பிடத்தக்கது.

தமிழகம் முழுவதும் உள்ள பண்டையக் கோயில்களை புதிய வரலாற்றுப் பரிமாணத்தில் ஆய்வு செய்தல், தமிழகத்தின் பாடல் பெற்ற பழமை வாய்ந்த திருக்கோயில்களின் வரலாற்றினை ஆய்வு செய்து நூல்களாக வெளியிடுதல், தொல்லியல், வரலாறு, தமிழ் சார்ந்த ஆய்வு மாணவர்களுக்கு புதிய ஆய்வு நெறியில் வழிகாட்டுதல். தமிழ் மரபு சார்ந்த கலை மற்றும் இலக்கியங்களில் மறைந்துள்ள தமிழ்ப்பண்பாட்டின் வேர்களை ஆய்ந்து அதன் தொடர்பான ஆய்வுக்கட்டுரைகளை தொடர்ச்சியாக தமிழ்ச் சமூக வரலாற்று ஆய்விதழ்களில் எழுதுதல் ஆகிய பணிகளை தற்போது மேற்கொண்டு வருகிறார்.

காணிக்கை

'உண்டால் அம்ம, இவ்வுலகம்; இந்திரர்
அமிழ்தம் இயைவதாயினும், இனிது எனத்
தமியல் உண்டலும் இலரே; முனிவிலர்;
துஞ்சலும் இலர்; பிறர் அஞ்சுவது அஞ்சிப்
புகழ் எனின் உயிரும் கொடுக்குவர்; பழியெனின்
உலகுடன் பெறினும் கொள்ளலர்; அயர்விலர்;
அன்னமாட்சி அனையராகித்
தமக்கென முயலா நோன் தாள்
பிறர்க்கென முயலுநர் உண்மையானே'

புறம் :182

1. நூன்முகம்	8
2. அணிந்துரை	9
3. கோபுரவாயில்	11
4. அணங்குடை நெடுவரை	13
5. குலக்குறியீடும் பெண் தெய்வ வழிபாடும்	20
6. சந்தி வழிபாடு	32
7. படிமங்களில் வெளிப்படும் தொன்மங்களும், தாய்த்தெய்வ வளமை நம்பிக்கைகளும்	44
8. தாயம்: பாதீடும் பங்கீட்டுத் தெய்வமும்	56
9. நீராடல்: நனிநாகரிகத்தார் தனிப்பண்பாடு	64
10. பங்குனி முயக்கம்	74
11. பழந்தமிழகத்தில் பெண்தெய்வ வழிபாட்டு மரபு	81
12. மகப்பேறு	102
13. திருமறு: வளமைத் தாயின் பழமை வடிவம்	114
14. வாமபூசை: கன்னி வழிபாட்டுச் சடங்கு	122
15. ஆடலணங்கு: விறலி-முல்லை சான்ற கற்பின் மெல்லியள்	134
16. ஆய்வின் முடிபுகளும் எதிர் நோக்கல்களும்	144

நூன்முகம்

தமிழகத்தின் ஒருங்கிணைந்த தொல்லியல் மற்றும் வரலாற்றுத் தரவுகளைக் கொண்டு தாய்வழிச் சமூகம் பற்றிய ஓர் ஆழமான ஆய்வு மேற்கொள்ளப்பட வேண்டும். பல்துறை அறிஞர்கள் பண்டிலிருந்து இன்று வரை இத்தகைய ஆய்வுகளை மேற்கொண்டுள்ளார்கள். இருப்பினும் தொல்லியல் ஆய்வு நெறிமுறையானது இதற்கு சரியான விளக்கமாக அமைவதாலும், இன்று வரை இம்மரபின் பண்பாட்டுக்கூறுகள் நாட்டார் வழக்காற்றியலிலும், மக்களின் சடங்கு வழிபாட்டு நிகழ்வுகளிலும் தவிர்க்கவியலா நிலை பெற்றிருப்பதாலும் இன்னுமொரு ஆழமான ஆய்வுகளும், ஆவணப்படுத்தலும் இன்றியமையாத் தேவையாக இன்றைய சூழலில் அமைகிறது.

தாய்வழிச்சமூகம் என்னும் இந்நூல் நீள் நெடுங்காலமாய் எழுதிவந்த கட்டுரைகளின் தொகுப்பாகும். ஒவ்வொரு கட்டுரையும் அதனதன் நிலைப்பாடுகளில் சில புதிய தகவல்களைத் தருவதாகவும், மற்றுமோர் ஆய்வுத் தளத்திற்கு எடுத்துச் செல்வதாயும் கருதியே அவ்வப்போது சமர்ப்பிக்கப்பட்டன. தொல்தமிழகத்தின் மரபும் பண்பாடும் தாய்வழி முறையைச் சார்ந்தே அமைந்திருந்தது என்பதை சங்க இலக்கியங்கள் தெற்றென விளக்கினாலும், நிகழ்ந்து வரும் தொல்லியல் ஆய்வுகளும் அதனை உறுதிப்படுத்துகின்றன என்பதே நூற்றுறுதி. தொல்லியல் தரவுகள் தாய்வழிச் சமூக மரபை நன்கு புலப்படுத்தக் கூடிய வகையில் அகழாய்வுத் தொல்கலைப் பொருட்கள் கிடைத்து வருகின்றன. 'தொல்லியல் நோக்கில் சங்க கால சமூகம்' என்ற எனது முனைவர் பட்ட ஆய்விற்கான முன்னொட்டுக் கருதுகோள்களும் இக்கட்டுரைகள் எழுதுவதற்கு காரணமாக அமைந்தன எனலாம்.

இக்கட்டுரைகள் எழுதும் காலத்தில் எனக்கு உற்ற வழிகாட்டியாக இருந்த எனது ஆசிரியர் திரு.ர.பூங்குன்றன் அவர்கள் இந்நூல் வெளிவருவதிலும் ஆர்வம் காட்டினார். அன்னார்க்கு எனது நன்றி. என்னை இவ்வாய்வுக் கட்டுரைகளை எழுதத் தூண்டி, கல்வெட்டு, சமூக விஞ்ஞானம், புதிய ஆராய்ச்சி போன்ற ஆய்வு இதழ்களில் வெளியிட பெரிதும் உறுதுணை புரிந்த தோழர்கள் இளங்கோ, காமராசு, கீதாபாரி ஆகியோருக்கு நன்றி. மேலும் தோழர் பனுவல் அமுதரசன் அவர்கள் இந்நூலை செழுமைப் படுத்துவதில் மிகுந்த அக்கறை கொண்டு பதிப்பிட்டுள்ளார். அவருக்கு என் நன்றிகள் உரித்தாகுக. தடாகம் பதிப்பகத்தார்க்கு என் நெஞ்சார்ந்த நன்றி. வணக்கம்.

திருவான்மியூர்
12.12.2019
அன்புடன்
மதுரை கோ.சசிகலா

அணிந்துரை

இந்நூலில் உள்ள ஆய்வுரைகள் பல்வேறு காலங்களில் எழுதப் பெற்றவை. பொதுவாக இந்திய வரலாற்றில் குறிப்பாக தமிழக வரலாற்றில் தாய்வழிச் சமுதாயம் முதன்மை பெற்றிருந்தது. தொல் பழங்காலந்தொட்டு தாய் வழிமுறை மேலோங்கி நின்றது. தாய்வழிச் சமுதாயத்தின் சிறந்த சான்றுகளாக நிலைத்திருப்பவை காசிப் பழங்குடி (மேகாலயா) நாகர் பழங்குடி (நாகலாந்து). காசிப் பழங்குடிகளிடையில் தாய் வழியில் குடி உதயமாகின்றது என்ற பழமொழியே உள்ளது. நாகாலாந்தில் ஒரு பெண் நடு இரவில் யார் துணையுமின்றி தனியே ஓர் ஊரிலிருந்து மற்றொரு ஊருக்குத் தனியே சென்றுவர முடியும். ஆனால் ஓர் ஆண் ஒரு பெண் துணையுடன் தான் இரவில் செல்ல முடியும்.

தென்னிந்தியாவில் தாய்வழிமுறை தொல் பழங்காலத்தொட்டு இன்று வரை தொடர்ந்து செல்வாக்கு பெற்று நிற்கின்றது. காலப் போக்கில் வேளாண் தெய்வமாக மாற்றம் பெற்றதற்கும் அதே ஊரின் சான்று கிடைத்துள்ளது. தொல்லியல் சான்றுகள், இலக்கியச் சான்று கள் ஆசியாவில் தாய்வழிச் சமூகத்தின் செல்வாக்கினை எடுத்துக் காட்டு கின்றன. தேவாரப் பாடல்களில் அங்கொன்றும் இங்கொன்றுமாகத் தாய் தெய்வங்களைப் பற்றிக் குறிப்பிடுகின்றன. சிலப்பதிகாரம் வேட்டுவ வரியில் தாய் தெய்வத்தின் பெருமை பேசப் பெறுகின்றது. தல புராணங்கள் தாய் தெய்வங்களின் செல்வாக்கை விரிவாகப் பேசியுள்ளன. தாய்தெய்வ வழிபாட்டிற்குப் பெருமை அளிக்கும் வகையில் இலக் கியங்களும், கோயில் சிற்பங்களும் படைக்கப் பெற்றன. இதற்கு சிறந்த சான்றுகள் தாராசுரம் கோயிலும் தக்கயாகப் பரணியுமேயாகும். வேறெந்த நூலிலும் இல்லாத அளவிற்கு தாய்த்தெய்வம் போற்றப் பெறு கின்றது. பல்லவக்காலத்துத் தாய்த்தெய்வம் கொற்றவை மாமல்லபுரத்துக் கலைச் செல்வங்களில் காணலாம். மாமல்லபுரமே ஏழுசான்ற பீடமாகக் கருதப்பெறுகின்றது. அக்காலத்துக் கட்டடக் கோயில்களில் கொற்றவை மற்றும் தாய் தெய்வங்கள் நிறைந்திருந்தன.

இந்நூலில் தாய்வழிச் சமூகம், தாய்தெய்வம் பற்றி ஆய்வு செய்யப் பெற்றுள்ளது. இந்திய தாய்வழிச் சமூகம் பற்றியும் தாய் தெய்வம் பற்றியும் விரிவான ஆய்வுகள் நடந்துள்ளன. பி.எல். சாமி அவர்கள் ஒரு சிறு கட்டுரை வரைந்துள்ளார். ரா. சீனிவாசன் அவர்கள் சக்தி வழிபாடு என்ற நூலை வெளியிட்டுள்ளார். ஏறத்தாழ ஐந்நூறு பக்கங்கள் கொண்ட நூல். இலக்கிய சான்றுகள் மிகுதியாகவும், தொல்லியல் சான்றுகள் குறைவாகவும் பயன்படுத்தப்பெற்றுள்ளன. தாய்வழிச் சமூகம் பற்றி விரிவாக ஆய்வு செய்யப் பெற வேண்டும். காலந்தோறும் தாய்வழிச் சமூகம் பெற்றச் செல்வாக்கு குறிப்பிடத்தக்கது. அந்தச்

செல்வாக்கு தொல்லியல் சான்றுகள், இலக்கியச் சான்றுகள் மூலம் தெளிவாகப் புலப்படுகின்றது. அந்த வகையில் புராணங்கள் பற்றி விரிவாக ஆய்வு செய்யப் பெற வேண்டும். அவற்றில் புதைந்து கிடக்கும் தாய்வழிச் சமூகம் பற்றி விரிவாக ஆய்வு செய்தால் அது தமிழ்ச் சமூக வரலாற்றிற்குச் சிறந்த ஒளியாக அமையும்.

இந்நூல் அந்த திசை வழியில் தொடக்கமாக அமைந்துள்ளது. அரிதின் முயன்று பல செய்திகளைத் தொகுத்து கோ. சசிகலா அவர்கள் ஆய்வு செய்துள்ளார் அவருக்கு என் வாழ்த்துகள். தாய்தெய்வ வழிபாட்டு மரபினைப் பற்றிய தொடர் ஆய்வுகள் இன்னும் அவர் மேற்கொள்ள முயற்சி செய்வதற்கும் என் வாழ்த்துகள்.

அன்பு

ர. பூங்குன்றன்.

கோபுரவாயில்

எந்தவொரு சமூகமும் அதன் வளர்ச்சிப் போக்கில் மாற்றங்களை ஏற்றுக்கொண்டும், தொல்குடிப்பழமையின் நெறிகளை உடன் கைக் கொண்டும் பயணிக்கிறது. எனினும் அச்சமூகத்தின் பண்டைய நெறி யானது கூறிடும் மெய்த்தன்மையை அறிதலும், அதன் மூலமாய் நிகழும் காரணிகளுக்கு விளக்கங்கண்டு தெளிதலும் இன்றியமையாதது. இவ்வாறு ஒரு குறிப்பிட்ட சமூகத்தின் தொல் தன்மையை நுணுகி ஆய்ந்து, அதன் வேரைக் காணின், அந்த நெறியானது அக்குறிப்பிட்ட சமூகத்தின் சமூக, அரசியல், பொருளாதார, பண்பாட்டு கட்டமைப்புகளை நிர்ண யிப்பதில் பெரும் பங்காற்றுவதை காணவியலும். இப்போக்கில் தமிழ்ச் சமூகத்தின் மெய்க்கூறுகள் தாய்வழிச்சமூகமாகவும், தாய்த்தெய்வ வழி பாடு உடையதாகவும் தொடங்குகின்றன என்பதை அதன் இன்றைய பண்பாட்டு எச்சங்களிலிருந்து உணர்வதற்கு ஏதுவாக முதன்மைச் சான்றுகளை சேகரித்தல் வரலாற்றுக் கடமையாகும்.

தாய்வழிச் சமூகமாக பன்னெடுங்காலமாக தன் இயல்பில் மாறாது வாழ்ந்து வளர்ந்து வரும் தமிழ்ச்சமூகத்தின் கட்டமைப்பானது, பெரும் பாலும் பிரபஞ்ச உற்பத்தியின் இயக்க அடிப்படைக் கோட்பாடுகளை நன்கு உள்வாங்கி கொண்டதால் தான் உறுதிபெற்றது என்பதனை இந்நிலத்தில் காலந்தோறும் நிகழ்ந்து வரும் வழிபாட்டு சடங்குகள் மட்டுமின்றி அதன் கலை மற்றும் பண்பாட்டு ரீதியாகவும் நன்குணர முடிகிறது.. உலகம் முழுமையும் தாய்வழிச் சமூகமாக இருந்து பின் வீரயுகத்திலும், உபரி உற்பத்தியாலும் தந்தைவழிச் சமூகமாக மாறிய நிலையிலும் அதன் தொல் நிலையை விடாது கைக்கொண்ட ஒரு சில குறிப்பிட்ட சமூகங்களில் தமிழ்ச் சமூகம் முதன்மையானது.

இப்போக்கு எதனால் என்பதையும், அவ்வாறு மாறிய சூழலில் தாய்வழி முறை உரிமையானது எங்ஙனம் செயல்பட்டது என்பதையும், உயர்வு பெற்ற ஆண் சமூகத்தோடு தன்னை எவ்வாறு ஒப்புப்படுத்திக் கொண்டது என்பதனையும் பெருங்கோயில்களின் பின்னணியில் கூறப் படும் புராணங்கள் அதன் கருவுக்குள் மெய்யை வைத்துக் காட்டுவதை ஆழநோக்கின் அறியலாம்.

நிலவுடைமைச் சமூகம் வளர்ச்சி பெற்ற பின்பு, குடும்பம், பொரு ளாதாரம், அரசு நிறுவன அமைப்பு வரலாற்று அடிப்படையிலான தந்தை வழி சமூகப் போக்கினைப் பற்றி நுணுகி ஆய்வோமாயின், வரலாற்றுக்கு முந்திய புராதனமான வேட்டை மற்றும் சமபங்கீட்டுக் கான சமூகங்களில் பெண்ணுக்குச் செயலூக்கமான பங்கிருந்தது. அது பின்னர் வேளாண்மைச் சமூக மாற்றத்தால் அதிலும் குறிப்பாக உபரி யால் புதிதாக உருவான குடும்பம், நிலவுடைமை, அரசு ஆகியவற்றால்

தந்தைவழி சமூகமாக மாறுவதற்கும், அதுவே பெண்ணுக்கான முழு வாழ்வாகவும் அமையலாயிற்று என்று ஏங்கல்ஸ் கூறுகிறார். அதாவது நிலவுடைமைச் சமூகத்தின் தொடக்க காலத்தில் தாய்வழிச் சமூகம் நிகழ்ந்திருந்தது.

வரலாற்றுப் பொருள்முதல்வாதத்தில் பெண்ணைப்பற்றி, பெண்ணின் சமூகத் தகுதி நிலையைப் பற்றி விளக்கும் போது, உயிர் உற்பத்தி செய்வதிலும், சமூகத்தில் உற்பத்தி சக்திகளை உருவாக்குவதிலும், சுதந்திரமாகவும் சமஉரிமை பெற்றும் வாழ்ந்து வந்த பெண்கள் முதலாளித் துவத்தின் போக்கினாலும் தனிச் சொத்துரிமையாலும், துணை நிலையினராகவும், சார்பு மாந்தராகவும் மாறிப் போயினர். இம்மாற்றம் வரலாற்று நிகழ்ச்சியில் தவிர்க்கவியலாத மாற்றமாகியது என மார்க்ஸ் விளக்குகின்றார்.

இவ்வாறு தாய்வழிச் சமூகம், காலப்போக்கில் தந்தைவழிச் சமூகமாக மாறியபோதிலும், தாய்வழிச் சமூகத்தில் தாய் பெற்றிருந்த முதன்மையை, அதன் நெறியை, நிலைத்த தன்மையை இன்றும் முழுமுதற் எச்சங்களாக பரவலாக பேரரசின் பெருங்கோயில்கள் முதல் பல்குடிகளின் வழிபாடுகள் வரை காணமுடிகிறது. இந்நிலையில் அந்த தொன்ம சடங்கு மற்றும் வழிபாட்டு நிலையிலும், கலைகளிலும், அகழ்வுகளில் கிடைக்கும் தொல் பொருட்களிலும் காணப்பெற்றமையை தொகுத்தும், விளக்கியும் தாய்வழி சமூகத்தின் உயர்நனி சமூகமாக தமிழ்ச்சமூகம் விளங்கியதை உய்த்துணரும் முருகியல் உணர்வுகளுக்கு இந்நூல் ஆய்வுகளும், அதில் சேர்க்கப்பட்டுள்ள புதிய கருதுகோள்களும் மேலும் வலு சேர்க்கும் எனக் கருத இடமுண்டு.

அணங்குடை நெடுவரை

மலைகளில் ஆயிரக்கணக்கான கல்பதுக்கைகள் பெருங்கற்சின்னங்கள் கண்டுபிடிக்கப்பட்டுள்ளன. புதியகற்காலம் தொடங்கி சங்க காலம் வரை மக்கள் வாழ்க்கை சமவெளி மக்களுடன் இணைக்கப்பெற்றிருந்தது. தானிக்கெண்டி அகழ்வும் பொருந்தில் அகழ்வும் மலை வாழ்மக்களின் பண்பாட்டினை அறிந்து கொள்ள செய்திகளை அளிக்கின்றன.

மலைப்பகுதியில் அன்று தொடங்கிய களவு வாழ்க்கை இன்று வரை நிலை பெற்றுள்ளது. மேற்குத் தொடர்ச்சி மலையில் வாழும் பழங்குடி களிடையில் களவு மணம் இன்றும் ஏற்றுக் கொள்ளப் பெறுகின்றது. தம்முள் விருப்பமுற்ற ஆணும் பெண்ணும் உடன் போக்கில் ஈடுபடு கின்றனர். இந்தச் செயலை பழங்குடிகள் ஏற்றுக் கொள்கின்றனர். இந்த நடைமுறையை தொல்காப்பிய நூற்பாவுடன் ஒப்பிட்டு கூறியவர் மு.இராகவ அய்யங்கார் ஆவார். புலையர், மலசர், காடர், முதுவர் ஆகிய பழங்குடிகளிடையில் உடன்போக்கு இன்றும் நடைபெறுகின்றது. இது களவு மணத்தின் எச்சமாகும். முதுவர் என்ற பழங்குடியினர் இத்தகைய காதலர்கள் தங்கியிருக்க காட்டில் குடில்களைக் கட்டி வைத்துள்ளனர்.

குறும்புகாவற்காடுகோட்டை

குறும்பு என்ற சொல்லைப் பற்றிக் கூற வேண்டும். குறும்பு என்பது பழங்குடிகளுடைய பாதுகாப்புப் பகுதி. இங்குப் பழங்குடிச் செல்வங்கள் இரகசியமாகப் பாதுகாக்கப் பெறும். வைரம், ஆநிரை, மலைபடு பொருள் போன்றவை பாதுகாக்கப் பெறும். மல்லி ஆதி நாட்டில் உள்ள குறும்பு களில் எயினர்கள் குடித்துக் களித்தனர். அதியமான் குறும்பு பற்றி அவ்வையார் விரிவாகப் பாடியுள்ளார்.

வேலே, குறும்படைந்த வரண்கடந்தவர்
நறுங்கண்ணினாடு நத்தவிற
கரை தழீஇய விருங்கா ஒழாடு
மடைகலங்கி நிலைதிரிந்த னவே
களிறே எழுடத்தாங்கிய கதவு மலைத்தவர்
குழு உக்களிற்றுக் குறும் படைத்தலிற்
பரூஉப் பிணிய தொடிகழிந்தனவே

(புறம்: 9:410)

அவனுடைய வேல்கள் பகைவருடைய பாதுகாப்பரண்களில் உள்ள குறும்புகளை அழித்தமையால் ஆணி கழன்று அழிந்தன. அவனுடைய யானைகள் குறும்பின் கதவுகளை அழித்தலால் மருப்பில் கிம்புரிகள் கழன்றன. குறும்பு மாட்டு மந்தையோடு தொடர்புடையது என்பதற்குப் பின்வரும் புறப்பாடல (386) டிகளே சான்று.

புறவே புல்லருந்து பல்லாயத்தான்
வில்லிருந்த வெங்குறும்பின்று

குறும்பு குறிஞ்சி நிலத்திலும், முல்லை நிலத்திலும் பழங்குடிகளின் பாதுகாப்பரண் என்று கொள்ளும் வகையில் அமைந்துள்ளன. புற நானூற்றுப் பாடலடிகள் (386) முல்லைத்திணைக் குறும்பு பற்றி விவரிக் கின்றன. சங்க இலக்கியத்தில் குறும்பு என்பது வலிமை என்ற பொருளி லும் வருகின்றது. அதனால் குறும்பு என்பது வலிமை மிக்க வீரர்கள் தங்கியிருக்குமிடம் என்ற பொருளையும் தருகின்றது எனலாம். அது பின்னாளில் சிற்ற ஏகர் என்ற பொருளைத்தந்தது. குறிஞ்சியில் தான் முதன் முதலில் குறும்பு உருவாகியிருக்க வேண்டும். பின்னாளில் முல்லை மருத நிலங்களுக்குச்சென்றிருக்க வேண்டும். மேலும் கோட் டை அமைக்கும் போது அதைச் சுற்றிலும் காவற்கோடு போன்ற பழங்குடி பாதுகாப்பு முறைகளும் அமைக்கப் பெற்றன. கோட்டை வேந்தர்க்குரியது. ஆனால் அதைச்சுற்றிப் பழங்குடிப் பாதுகாப்பரண்கள் உருவாக்கப் பெற்றன. இவை வேந்தர்களுக்குக் கீழ்ப்படிந்த குடித் தலைவர்களின் பாதுகாப்பு அமைப்பு.

குறும்பில் வாழும் எயினப் பெண்களின் துணிவுதனைப் போற்று கிறார் புலவர் (134: 38) குறும்புதான் கோட்டை. கோட்டையின் முற் பெயர் காவற்காடு. கோட்டைத் தெய்வம் பெண். கொற்றவை குறும்பின் தெய்வமாக புதிய கற்காலத்திலும், காவற்காட்டின் தெய் வமாக பெருங்கற்காலத்திலும், கோட்டையின் தெய்வமாக சங்க காலத் திலும் விளங்குகிறாள். இப்போர்த் தெய்வத்தின் மரபார்ந்த படிநிலை வளர்ச்சியை நோக்குகையில், வரலாற்றுக் காலத்திய குறிப்பாக தமிழகத் தின் பெரும்பேரரசுகளான பல்லவ, சோழர்காலத்திய மகிடமர்த்தினி, நிசும்பசூதனி, துர்க்கை, காளி போன்ற போர் மற்றும் இடுகாட்டுத் தெய் வங்களின் வழிபாட்டு நிலைகளில் கண்டுணரலாம். போரும் இடுகாடும் ஒன்றுக்கொன்றுத் தொடர்புடையவை. எனவே தான் தக்கயாகப் பரணி, கலிங்கத்துப்பரணி போன்ற இடைக்கால இலக்கியங்களில் காளி முன்னிறுத்தப்படுகிறாள். துர்க்கம் என்பது கோட்டையின் வடமொழி வடிவாகும். மகிடமர்த்தினி, நிசும்பசூதனி, துர்க்கை இத்தெய்வங்கள் மூன்றின் நிலைக்கூறுகள். பண்டைய காவற்காட்டின் அதாவது மலைப் பகுதியில் அமைந்த காடுகளின் காவற்தெய்வமாக பெண் விளங்கிய நிலை யிலிருந்து வளர்ந்த கலைப் பரிணாம வடிவங்களாகும். மலையும் மலை சார்ந்த பகுதியுமான குறிஞ்சி நிலத்தின் வேட்டைத் தெய்வ மான பெண் அணங்கு, பின்பு திணைமயக்கத்தில் குறிஞ்சியும்

முல்லையும் இணைந்த காவற்காட்டிற்கு தெய்வமாகி, வேளாண் மையால் வணிகம் மிகுந்த அரசு உருவாக்கத்தில் கோட்டைத் தெய்வ மாகி (மருதம், நெய்தல், வேளாண்மை, கடற்வணிகம்), அடுத்தாற்போல் முறைமையில் திரிந்த பாலைக்குத் தெய்வமான வகை நன்கு விளங்கும். எனவே தொல்காப்பியர் கூறும் நாற்திணைத் தெய்வங்களுக்கு முன்னால் தொல்சமூகத்தில் ஐந்திணைகளுக்கும் பெண் தெய்வமே இருந்த நிலை நன்கு புலப்படும்.

கடவுள்

குறிஞ்சியின் கடவுள் முருகன். தொல்காப்பிய நூற்பாவும் அவனைக் குறிக்கின்றது. ஆனால் இளம்பூரணர் குறிஞ்சிக் கடவுளாகக் கொற்ற வையைக் கூறுவார். கலிப்பாடல் ஒன்று (குறிஞ்சிக்கலி6) கபிலர் ஐயனைப்பாடுவோம் என்று கூறுகிறார். இதற்கு நச்சினார்க் கினியர் 'முருகனைப் பாடுவோம்' என்று பொருள் கூறுவார். ஆனால் இது ஐயனாரைக் குறிப்பதாகவும் இருக்கலாம். இன்றைய மலைவாழ் மக்கள் குறிஞ்சி ஆண்டவர் என்று கூறுவது முருகனைத்தான். எது எப்படி இருந்தபோதிலும் குறிஞ்சியில் மூன்றுகடவுளர் வழிபாடு பேசப்பெறு கின்றது எனலாம். அகப்பாடல்கள் முருகனைப் பற்றியே பேசுகின்றன. குறிஞ்சி நில மக்கள் முருகனை இரண்டு கையுடைய மனிதனாகவே பார்க்கின்றனர் என்பது பின்வரும் அகப்பாடலடிகளால் விளங்கும்

குளவியொடு மிடைந்த கூதளங்கண்ணி
அசையா நாற்றம் அசைவெளி பகர
துறுகல் நண்ணிய கறிஇவர் படப்பைக்
குறிஇறைக் குரம்பை மலைவயின் புகுதரும்
மெய்ம்மலி உவகையன் அந்நிலை கண்டு
முருகு என உணர்ந்து முகமன் கூறி
உருவச் செந்தினை நீரொடு தூஉய்
நெடுவேள் பரவும் அன்னை

(அகம். 272:15)

இந்தப் பாடலடிகளில் தலைவன் தலைவியைப் பார்க்க வருகிறான்; கூதளங்கண்ணியை அணிந்துள்ளான்; கூதளம் பூவின் மணம் வீசுகிறது; வீட்டின் பின்புறம் வேலோடு நிற்கும் தலைவனை முருகன் என்று கருதி செந்தினையை நீரோடு தூவி நெடுவேளை வழிபடுகின்றான். அதனால் குறிஞ்சி மக்கள் முருகனை மனித வடிவிலும் கண்டார்கள் என்பது பெறப்படுகின்றது. முருகு என்ற சொல்லும், நெடுவேள் என்ற சொல் லும் சேயோனையே குறிக்கும் என்பது பெறப்படுகின்றது.

மலைக்குகைகளில் வாழும் மனிதர்களைப்பற்றியும் சில பாடல்களில் குறிக்கப்பெறுகின்றது. கொல்லி மலையிலிருந்து கொல்லிப் பாவையைப் பற்றிப் பல புலவர்கள் போற்றியுள்ளனர்.

களிறுகெழு தானைப் பொறையன் கொல்லி
ஒளிறு நீர் அடுக்கத்து வியலகம் பொற்பக்
கடவுள் எழுதிய பாவையின்
மடவது மாண்ட மாயோளே

(அகம். 63:1316)

என்று பரணர் பாடுவார்.

செவ்வேர்ப் பலவின் பயங்கெழுகொல்லி
நிலைபெறு கடவுள் ஆக்கிய
பலர்புகழ் பாவை அன்ன நின் நலனே

(அகம். 209:1517)

என்று கல்லாடனார் பாடுவார். நற்றிணைப் பாடல் ஒன்று,

பயங்கெழு பலவின் கொல்லிக் குடவரைப்
பூதம் புணர்த்த புதிதியல் பாவை

(நற் 192:89)

என்று கொல்லிப் பாவையைப்பற்றிக் கூறுகின்றது. இந்தப்பாடல் மட்டுமின்றி வேறு சில பாடல்களும் கொல்லிப் பாவையைப் பற்றிக் கூறும். கொல்லிப்பாவை தொல்பழங்கால ஓவியமாக இருக்க வாய்ப் புண்டு. இந்தத்தொல்பழங்கால ஓவியத்தைப்பற்றி புலவர்கள் தெரிந் திருக்க வாய்ப்புண்டு 'பூதம் புணர்ந்த புதிதியல்பாவை' என்று கூறுவதி லிருந்து ஓவியத்தின் மேலும் ஓவியம் வரைந்த தன்மையை வலியுறுத்து கின்றது. தொல் பழங்கால ஓவியத்திலும் இந்த மரபு காணப்படுகின்றது.

தொல்லியல் சான்றுகள்

மேற்குத் தொடர்ச்சி மலையிலும், நீலமலைத் தொடரிலும் மனித வாழ்க்கைக்கான சான்றுகள் புதிய கற்காலத்திலிருந்து தொடங்குகின்றன. பி.டி. சீனிவாச ஐயங்கார் அவர்கள் மனித வாழ்க்கை மலைகளிலிருந்து தொடங்கிப் படிப்படியாக முல்லை, மருதம், நெய்தல் திணைகளுக்குப் பரவியது என்று கூறுகிறார். ஆனால் தொல்லியல் சான்றுகள் வேறு விதமான வரலாற்றுப் போக்கினைச் சுட்டுகின்றன. தொண்டை மண்டலத் திலும், நடுமண்டலத்திலும் பழைய கற்காலக் கருவிகள் கண்டுபிடிக்கப் பெற்றன. இவை இரண்டு லட்சம் ஆண்டுகளுக்கு முற்பட்டவை. ஆனால் மலைப் பகுதிகளில் கிடைக்கும் புதிய கற்காலக் கருவிகள் பத்தாயிரம் ஆண்டுக் காலத்தவை, அதனால் மனித வாழ்க்கை மலைப்பகுதியில் தொடங்கவில்லை என்பது புலப்படுகின்றது. புதிய கற்காலக்கருவிகளே மலைப்பகுதிகளில் கிடைக்கின்றன.

தொல்பழங்கால கற்கருவிகளில் கைக்கோடரிகளின் வடிவம் இலிங்க வழிபாட்டின் முன்னோடி என்று கருத வாய்ப்புண்டு. ஆயுதங்களை வழி

படும் வழக்கு பண்டிலிருந்தே இயல்பானது. முருகனின் வேல் கற்கால மனித வாழ்வில் உணவு தேடுதலுக்கான ஒரு வேட்டைக்கருவியான கைக்கோடரி என்பது இங்கு குறிப்பிடத்தக்கது. தருமபுரி மற்றும் கிருட்டிணகிரி பகுதிகளில் கிடைக்கும் பழைய கற்காலக் கருவிகளான கைக்கோடரிகளை நிலத்தில் ஊன்றி வைத்து மக்கள் இன்றும் வழிபட்டு வருகின்றனர். இதனை படிமவியல் பார்வையில் நோக்கினால் இலிங் கத்தின் வடிவாகத் தோன்றுகிறது. நாளடைவில் இந்த ஆயுத வழிபாட் டோடு வளமைக்கான தாந்திரீகச் சடங்குகள் இணைந்தமையே இலிங்க வழிபாட்டின் மற்றொரு வடிவமாக பரிணமித்திருக்கிறது. இலிங்கத்தின் மூலதெய்வமான சிவன் மலை உறைக் கடவுளாகவே கருதப்படுகின்றார். மேலும் அவர் வேட்டைச் சமூகத்தின் தலைவர். அதற்கான படிமவியல் கூறுபாடுகளான புலித்தோல், யானைத்தோல், மான், கோடரி போன்ற வை அவருக்கு வழங்கப்பட்டுள்ளன. ஆனால் தொல்பழங்கால வேட் டைச் சமூகத்தில் ஆணின் செயல்படுநிலைக்கு முன்பாகவே பெண் அச் சமூகத்திற்கு தலைமைதாங்கி நின்றாள் என்பது பல்வேறு பழங்குடிகள் பற்றிய ஆய்வுகள் மூலம் உறுதிப்படுத்தப்பட்டுள்ளன. நெடுவரை அணங்குகளாக முதலில் பெண் தெய்வங்களே இருந்தமையை தமிழகத் தொல்லியல் சான்றுகள் காட்டி நிற்கின்றன.

தொல்பழங்கால ஓவியங்கள்

மேற்குத் தொடர்ச்சி மலைகளிலும், நீலமலைத் தொடரிலும் கண்டு பிடிக்கப் பெற்ற தொல் பழங்கால ஓவியங்கள் சிவப்பு வண்ணத்திலும் வெள்ளை வண்ணத்திலும் வரையப் பெற்றுள்ளன. இந்தத் தொல் பழங்கால ஓவியங்கள் காலத்தவை என்று வாதிடுகின்றனர். ஒரு சாரார் கி.மு.500 என்று வாதிடுகின்றார். ஒரு சாரார் புதிய கற்காலம் முதல் பண்டைய வரலாற்றுக் காலம் வரை என்று கூறுகின்றனர். சிவப்பு வண்ணம் காலத்தால் முற்பட்டது என்றும், வெள்ளை வண்ணம் காலத் தால் பிற்பட்டது என்றும் கருதலாம். இந்த ஓவியங்களில் வேட்டுவ வாழ்க்கையும், முல்லை வாழ்க்கையும் கலந்து நிற்கின்றன. அது மட்டு மில்லாமல் குரவைக் கூத்தும் கோயம்புத்தூர் மாவட்டத்தில் உள்ள வெள்ளெருக்கம்பாளையத்திலும், நீலகிரிப் பகுதியில் உள்ள கரிக்கை யூரிலும் பாறைவோவியங்களாகக் காட்சிப்படுத்தப் பெற்றுள்ளன. பெண்கள் இணைந்து கைகோர்த்து ஆடும் இந்தக் குரவைக்கூத்து ஓவியங்கள் சிவப்பு வண்ணத்தால் அதனால் மலைவாழ் மக்களால் வரையப் பெற்றவை. மூணாறு அருகில் உள்ள மறையூர் ஓவியத்தில் கொற்றவை உருவமும் அவளைச் சுற்றி நூற்றுக்கணக்கான மான்கள் நிற்பது போலவும் வரையப்பட்டுள்ளன. கொற்றவைக்கு மான் வாகனமாக நிற்பது தென்னிந்தியாவில் மட்டுமே. அதனால் இந்த ஓவியத்தில் உள்ள பெண் உருவம் சிலப்பதிகாரத்தில் வரும் வேட்டு வவரிக் கொற்றவையைக்குறிப்பது ஆகலாம்.

1. எழுவர் கைகோர்த்து ஆடும் ஆடல் - குன்றக்குரவை

2. 3000 ஆண்டுகட்கு முற்பட்ட பாறை ஓவியத்தில் தாய்த்தெய்வம், மூணாறு அருகில் மறையூர்.

3. மறையூர் பாறை ஓவியத்தில் தாய்த்தெய்வத்துடன் காட்டப்பட்டுள்ள மான்கள்

குலக்குறியீடும் பெண் தெய்வ வழிபாடும்

தமிழகத்தில் இதுவரை நடைபெற்றுள்ள அகழ்வாய்வுகளின் மூலம் பழந்தமிழ் மக்களின் வாழ்வியலையும், பொருளாதார மேம்பாட்டினையும், கைத்தொழில் திறத்தினையும், பண்பாட்டு நாகரிகக் கூறுகளையும் நன்கு அறியமுடிகிறது. இவற்றுள் பல ஆதாரங்கள் மட்பாண்டங்களில் குறியீடுகளாகவே கிடைக்கின்றன. குறியீடுகள் இன மக்களின் சின்னங்களாக விளங்குபவை. அவை மக்கள் இனத்தின் குலத்தினைப் பறை சாற்றுபவையாக அமைந்தவை. தொல்குடி மக்கள் பல்வேறு கூட்டங்களாக அல்லது குலங்களாக பிரிந்து வாழும் இயல்பினர். 'குலம்' என்பது ஒரு பொதுவான முன்னோரிலிருந்து தோன்றிய வழிமரபினரின் உறவுமுறைக் குழுவைக் குறிக்கும் பதமாகும். ஒவ்வொரு குலத்திற்கும் கூட்டத்திற்கும் ஒரு குறியீட்டினைப் பண்டு மக்கள் கொண்டிருந்தனர். இக்குறியீடுகள் மரபு சார்ந்தவையாக வந்தவை. இவை தொல்குடி மக்களின் அடையாளங்களாகும். தொடக்கக் காலத்தில் குலக்குறியீடுகள் உணவு தேடும் மக்கள் சமுதாயத்தின் வெளிப்பாடாக அமைந்தன. அதாவது வேட்டைச் சமூகத்தில் ஒவ்வொரு குலமும் ஒரு குறியீட்டினைக் கொண்டிருந்தது. அக்குறியீடுகள் பெரும்பாலும் வேட்டையின் போது அவர்களுக்குக் கிடைக்கும் விலங்குகள் மற்றும் தாவரங்களின் உருவங்களாகவே அமைந்திருந்தன. வேட்டைப் பொருட்கள் தவிர்த்து இயற்கைப் படைப்புகளும் தொல்குடியினரின் குறியீட்டுச் சின்னங்களாகப் அமையப் பெற்றன. சூரியன், சந்திரன், தாவரங்கள், ஆறுகள், நீர், நில வாழ்வன ஆகியவை குலக்குறியீடுகளாக அரசுருவாக்கக் காலத்தில் நாணயங்களிலும் செப்பேடுகளிலும் கல் வெட்டுகளிலும் பொறிக்கப்பட்டுள்ளன. ஓர் இனம் தன்னை ஒரு விலங்குடனோ. மரம் அல்லது தாவரங்களுடனோ தொடர்புபடுத்திக் கொள்கிறது. பிறகு, அந்தக் குறியீட்டைத் தன்னுடைய குலக்குறியாக அழைத்துக் கொள்கிறது. அந்த இனத்தைச் சேர்ந்த மூதாதையர்கள், தொடர்புடைய விலங்கு அல்லது தாவரத்தில் இருந்து தோன்றியவர்கள் என்று தங்களைப் பற்றிச் சொல்லிக் கொள்வர். பொதுவாகக் குலக்குறி என்பது ஓர்

இனத்தை சுட்டிக்காட்டி அடையாளப்படுத்தும் வகையில் வழங்கும் ஒரு குறியீடு ஆகும். சான்றாக புலி என்பது குறியீடாக அமைந்தால் அந்தக் குறியீட்டைக் கொண்டிருக்கும் மக்கள் அனைவரும் அந்த 'புலியின் சந்ததியினர்' என்று பொருள் கொள்ளப்படுவர். ஓவ்வொரு குலமும் 'ஆந்தைக்கூட்டம்', 'காடைக்கூட்டம்', என்பது போல குலக்குறியின் பெயரையே குலப்பெயராகக் கொண்டிருக்கும். தமிழகத்தின் கொங்குப்பகுதியில் இத்தகைய கூட்டங்கள் எண்ணிறந்தனவாக இன்றும் வழங்கப்படுதல் கண்கூடு. இன்றும் தொல்லினப் பழங்குடி வகை ஜாதிகளில் குலக்குறிக் குலங்கள் காணப்படுகின்றன. ஒரு தொல்லினப் பழங்குடி அமைப்பு, சாதியாக மாறியபோது, இப் பெயரின் ஆரம்பத்தை மக்கள் மறந்துவிட்டார்கள். அந்தப் பெயரே மாறுதலுக்குள்ளாகியது. இந்த முறையில் பிராமணர்கள் பலசிறு குழுக் களாகப் பிரிக்கப்பட்டுள்ளனர். இவை கோத்திரங்கள் எனப்படுகின்றன. இந்த குழுக்கள் புறமண முறையைப் பின்பற்றுபவை.

சாந்தோக்கிய உபநிடதத்தில் நாய்கள் மந்திரம் உச்சரிப்பதாக அதன் உட்கீதா பகுதியில் பயின்று வருகிறது. இங்கு சாந்தோக்கிய உபநிடதம் 'நாய்கள்' என்ற மானுடக் குழுவினரை மட்டுமே குறிப்பிடுகிறது எனக் கொள்ள வேண்டும். கௌடில்யர் அர்த்த சாஸ்திரத்தில் நாய்கள் என்று அழைக்கப்பட்ட மக்களைக் குறிப்பிடுகிறார். நாய்கள் என்று அழைக்கப் பட்ட மானுடக்குழுக்கள் மகாபாரதத்தில் குறிப்பிடப்பட்டுள்ளனர். மகாபாரதம் கூறும் எல்லா மனிதர்களுக்கும் சேவல், யானை, முயல், ஆமை, பெண் பன்றி, மான், புலி, அன்னம், குதிரை, மீன் என பலவகை யான விலங்குகளின் பெயர்கள் உண்டு.

குலக்குறி, குலத்தின் மூதாதை என்றோ குலதேவதை என்றோ கருதப் படும். குலக்குறிக்கு ஊறு நேராமல் தடுத்தலும், அதனை வழிபடுதலும், அதனை புசிக்காமல் விலக்கலும் குலங்களுக்கு இன்றியமையாததாக விளங்குகிறது. குலக்குறி விலங்கு அல்லது தாவரம் இனப்பெருக்கம் அடையவேண்டும் என்பதற்காகக் குலமாந்தர்கள் மந்திரச் சடங்குகளைச் செய்வர். மந்திரச் சடங்குகளோடு பலியிடுதலும் செய்யப்பட்டன. தங்கள் குலக்குறி இனம் பெருகவேண்டும் என்பதற்காகவே அதனை பலி கொடுக்கவும் செய்தனர். இது சற்று முரணனாயினும் எந்த உயிரினம் இரத்தம் சிந்துகிறதோ அந்த உயிரினம் பல்கிப் பெருகும் என்ற தொல் குடியினரின் நம்பிக்கைப்பால் ஏற்பட்டது எனக் கொள்ள வேண்டும். இயேசுநாதர் தம் மக்களுக்காக சிலுவையில் இரத்தம் சிந்தியதும் அதனைக் கிறித்தவர்கள் புனிதமெனக் கருதுவதும் இங்கு ஒப்பிடத்தக்கது.

குலக்குறியீடுகள் தொல்குடி மக்களின் வழிபாட்டுக்கு உரியவை. அவை அக்குலத்து மக்களின் வளமைக்கு உதவுபவையாக நம்பப்பட்டு வந்தன. தொடக்கக் காலத்தில் வேட்டைச் சமூகத்தில் யானை வேட்டைக் குச் செல்வோர் யானையைக் குலக்குறியீடாகவும், அவ்வாறே புலி, சிங்கம், மான், பன்றி உள்ளிட்ட அனைத்து விலங்கினங்களையும்

தங்கள் குலக்குறியீடாகவும் கொண்டிருந்தனர். தம் குலத்திற்குரிய விலங்கினையோ தாவரத்தினையோ இயற்கைப் படைப்பையோ அவர்கள் மிகுந்த மதிப்புடன் போற்றி புனிதமாக கருதி வந்தனர். தங்களின் குலக் குறியீடுகளுக்கு ஏதும் தீங்கு நேராத வகையில்; பாதுகாத்தும் வந்தனர். பேகன் மயிலுக்குப் போர்வை தந்ததும், பாரி முல்லைக்குத் தேர் வழங்கியதும் அவரவர் குலச்சின்னத்தைப் போற்றிக் காப்பதற்கன்றி வேறில்லை. பெண் கொலை செய்த நன்னன் செயலும் தன் குலச் சின்னமாம் மாமரத்திற்கு ஊறு நேராதிருக்கவும், அதன் புனிதத் தன் மையைக் காப்பதற்காகவும் ஆகும். அஸ்வமேத யாகம் மற்றும் சோமச் சடங்குகளில் குலக்குறி உயிரிகள் பலியிடப்பட்டதாக தேவிபிரசாத் சட் டோபாத்தியாயா குறிப்பிடுகிறார்.

ஈமச்சின்னங்களில் கிடைக்கும் பானையோடுகளில் பல குறியீடுகள் பொறிக்கப்பட்டுள்ளன. இவை குறியீடுகளாகவும், வரைவோவிய மாகவும், புடைப்புக்களாகவும் அம்மக்களால் தங்கள் குடிகளின் குலக்குறியீடுகளாகப் பொறிக்கப்பட்டுள்ளன. புறநானூற்றுப் பாட லொன்றில் மயிலுக்குப் போர்வையளித்ததாகப் போற்றப்பெறும் கடையெழு வள்ளல்களுள் ஒருவனாகிய பேகன் என்பவனது ஆட்சிக் குரிய நிலப்பகுதியான பழனிக்கு (பொதினி) அருகிலுள்ள பொருந்தில் அகழாய்வில் கிடைத்த மட்பாண்ட ஓட்டில் நீண்ட தோகையுடன் கூடிய மயிலின் உருவம் வரையப்பட்டுள்ளது. சங்ககாலத்தில் இப்பகுதி நெடுவேள் ஆவி என்ற ஆவியர் கோமான்களின் இருப்பிடமாக அறியப்படுகிறது. இம்மன்னர்களின் குலக்குறியீடான மயில் உருவம் இங்கு கிடைத்துள்ள பானையோட்டில் வரையப்பட்டுள்ளதை நோக்கும்போது குலக்குறிகள் பானைகளில் மக்களால் சிறப்புக்காக இடப்பட்டிருந்தன என்பதை அறியலாம். இதேப்போன்று கடலூர் மாவட்டம் மாளிகைமேடு என்னும் ஊரில் நடந்த அகழாய்வில் மயில் அல்லது சேவல் போன்ற உருவம் பொறித்த பானையோடு மற்றும் அழகன்குளத்தில் மயில் பொறிப்புடன் கூடிய பானையோடு ஆகியன கண்டெடுக்கப்பட்டதும் இங்கு குறிப்பிடத்தக்கது. மேலும் பாம்பு, புலி முதலிய விலங்கினங்களும், ஏணி, கப்பல், கா, மா, சீப்பு முதலிய படக் குறியீடுகளும் கிடைத்துள்ளன.

இரு கூட்டத்தாரிடையே பூசல் ஏற்படும் போது தோற்றவரின் குலக்குறியீடு வென்றவரின் குலத்திற்கு வாகனமாகக் காட்டப்படும். ஹஸ்திக்கும்பாக் கல்வெட்டில் யானைக்குலத்தவர் மூஷிகரை வென்றதாகக் கூறப்படுகிறது. எனவே யானைக் கூட்டத்தாருக்கு எலி வாகனமாகக் காட்டப்படுகிறது. ஹஸ்திகும்பாவிற்கு அருகில் எலி யினை வழிபடும் கூட்டத்தினர் இன்றும் வசிக்கின்றனர். விநாயகர் வணக் கமும் இங்கு நோக்கத்தக்கது. மகாராஷ்டிரத்தில் பல்வேறு குன்றுப் பகுதிகளில் காணப்படும் மகிஷாசுரமர்த்தினி வழிபடும் இடங்களுக்கு அருகிலேயே மாஷோபா என்ற எருமைத்தலை அரக்கனை

வழிபடும் வழக்கமும் இன்றும் காணப்படுகின்றது. இவை முறையே தாய்தெய்வத்தையும் எருமையைக் குலச்சின்னமாகக் கொண்டோரும் வழிபடும் முறைமையாகும். தாய்த்தெய்வத்தை வழிபடும் கூட்டத்தினர்; எருமைக்கூட்டத்தாரை வென்ற நிகழ்வின் குறியீடே எருமைத்தலையின் மேல் தாய்த்தெய்வம் நிற்கும் மகிஷாசுரமர்த்தினி கலைவடிவாகும். இருகூட்டத்தாரின் பூசல்கள் அவர்தம் குலக்குறியீடுகளின் வாயிலாகக் கலைவடிவத்தில் பல்வேறு இடங்களில் காட்டப்பட்டுள்ளன. தஞ்சைப் பெரியகோயிலில் முகமண்டபத்தின் இருபுறமும் நின்ற நிலையில் உள்ள துவாரபாலகர்கள் சிற்பங்களில் அவர்களின் பெரிய கதையைச் சுற்றியுள்ள நாகமானது யானையை விழுங்குவது போன்று காட்டப்பட்டுள்ளன. சோழர் நாகமரபினர் என்பது இங்கு காட்டத் தக்கது. நாகமரபினருக்கும் யானைக்குலத்தவருக்கும் ஏற்பட்ட தகரா றினையே இச்சிற்பம் விளக்கி நிற்கிறது எனலாம். இதில் வென்றவர் நாகக்குலத்தவர் என்பது யானையை நாகம் விழுங்குதலில் படமாகக் காட்டப்பட்டுள்ளது. மேலும் காவிரிக்கரையில் திருவானைக்கா தொடங்கி கோபுரப்பட்டி, துடையூர் உள்ளிட்ட பல சிவத்தலங்களில் யானைச்சிற்பங்களைப் பிரத்யேகமாக வடிவமைத்து சோழர்கள் கற்றளிகளை எழுப்பியுள்ளனர். இது இருகுலத்தவர்க்கும் இடையே ஏற்பட்ட சமரசத்தைக் குறிப்பனவாக உள்ளது. தோற்றவர் தம் குலக் குறியீடு வென்றவர் தம் வாகனமாகக் காட்டப்படுவதோடன்றி, வென்றவர் எழுப்பிய கற்றளிகளின் தாங்குதளத்தில் விமானத்தினை தாங்குமுகமாகவும் அமைக்கப்பட்டுள்ளன. கைலாசநாதர்கோயில் விமானத்தின் தாங்குதளத்தில் யானைச் சிற்பங்கள் வடிவமைக்கப்பட்டு அவை கருவறையின் சுவரினை தாங்கும் வண்ணமாகக் காட்டப் பட்டுள்ளன. மேலும் திருச்சுற்றுமாளிகைச் சுவரின் மேல் நான்கு முனைகளிலும் யானைச்சிற்பங்களை காவலுக்கு அமைத்துள்ளதுபோல் காட்டியுள்ளதும் இங்கு நோக்கத்தக்கது. எகிப்தியர் தங்கள் எதிரிகளின் குலக்குறியீட்டினை தங்கள் பாதுகைகளில் வரைந்து அணிந்து கொள்வர். முயலகன் ஆடல்வல்லானின் காலடியில் நசுங்கிக் கிடப்பது ஒப்பிடத் தக்கதே.

கந்தபுராணத்தில் சூரபதுமனை வென்ற முருகக்கடவுளும் அசுரன் அவன்தன் குலத்திற்குரிய மாமரமாகி நின்றபோது அதனை இருகூறாகப் பிளந்து மயிலாகவும் சேவலாகவும் மாற்றி, முன்னதை தனக்கு ஊர்தி யாகவும், பின்னதை தன் கொடியாகவும் கொண்டதாக கூறப் பட்டுள்ளதும் இங்கு ஆராயத்தக்கது. குலக்குறியீடுகள் மன்னர்களின் கொடிகளில் காட்டப்பட்டுள்ளது. சேர, சோழ, பாண்டியர் உள்ளிட்ட அனைத்து அரசக் குலத்தவர்களும் தங்கள் கொடியில் தத்தம் குலச் சின்னங்களைக் கொண்டிருந்தனர். கோழி ஒன்று யானையின் மத்தகத்தை கொத்துவது போன்று அமைந்த உறையூரின் சிற்பம் இரு குலத்தவரிடையே நடந்த பூசலையேக் காட்டுகின்றது. கந்தபுராணத்தில்

காட்டப்படும் சூரசம்ஹாரம் யானை, சிங்கம், சேவல், மயில், மாமரம் ஆகிய குலத்தவர்களை வென்றடக்கிய வேள் ஒருவனின் வெற்றியைக் காட்டும் நிகழ்வாகவே அமைந்துள்ளது. பல இனக்குழுக்களிடையே இருந்து தோன்றிய வேள் வேற்றுமையின் பாற்பட்ட பல இனங்களை வென்றடக்கி அரசுருவாக்கத்தை ஏற்படுத்தியது என்றே இதனைக் கொள்ளவேண்டும்.

குலக்குறியீடுகள் பொதுவாக தலைப்பகுதியிலும் மனித உடலுமாகக் கலைவடிவங்களில் காட்டப்படும். சான்றாக யானை, கிளி, பாம்பு, புலி, சிங்கம், எருமை முதலியனவற்றை முறையே விநாயகர், சுகர்முனிவர், பதஞ்சலி, வியாக்ரபாதர், நரசிம்மர், மகிஷன் ஆகியோராகக் காட்டு வதைக் கூறலாம். மேலும் தலைப்பகுதி குலக்குறியீடுகளான யானை, எருமை, ஆடு முதலிய விலங்குகளாகவும், உடற்பகுதி கணங்களாகவும் அமைக்கப்பட்டுள்ள சிற்ப வடிவங்களை கைலாசநாதர்கோயிலின் விமான தாங்குதளத்தில் காணலாம். மேற்கண்ட விலங்குகளின் தலை களும், மனித உடலும் கொண்ட நிலையில் இனக்குழுக்கள் குறியீடு களாகப் பல்வேறு இடங்களில் காட்டப்பட்டுள்ளன. எடுத்துக்காட்டாக தேவிப்பட்டினம் அருகே உள்ள நாகநாதர் கோயிலின் கோபுரத்தில் பாற் கடலைக் கடைவதாக இத்தகு இனக்குழுக்களும் (அசுரர்கள்), தேவர் களும் சுதைச் சிற்பங்களாகக் காட்டப்பட்டுள்ளனர்.

சிவவழிபாடும் பெண் தெய்வ வழிபாடும்

சிவவழிபாடு மிகவும் தொன்மையானது. உலகெங்கிலும் பல்வேறு நிலைகளில் இவ்வழிபாடு பண்டு நடந்தேறியுள்ளது. சிவன் ரிக்வேதத்தில் ருத்ரன் எனக் குறிப்பிடப்படுகிறார். தொல்பழங்காலத்தில் அவர் ஒரு வேட்டைச்சமூகக்கடவுள். வேட்டைச்சமூகத்தின் மானுட இயல்பு களைக் கொண்டவர். வேட்டைக்காரனின் வடிவங்களுடனேயே அவரின் உருவமைதி சித்தரிக்கப்படுகிறது. சிவனின் கைககள் தாங்கியுள்ள மானும் மழுவும் இங்கு ஆராயத்தக்கன. வேட்டைச் சமூகத்தில் மிக முக்கிய உணவு மான். மேலும் சிவனின் புலி மற்றும் யானைத் தோலாடைகளும் இங்கு சிந்திக்கதக்கன. இவையாவும்; ஒரு வேட்டைச் சமூக பழங்குடி மனிதனையே சித்தரிக்கின்றது என்பது தெளிபு. தொல் பழங்காலக் கற்கருவியான கைக்கோடரியை கற்கால மக்கள் வழி பட்டுள்ளனர். வேட்டைக்குச் செல்லுமுன் கற்கோடரியை நிலத்தில் ஊன்றி அவர்கள் வழிபாடு செய்துள்ளனர். நெய்தல் திணையில் சுறாமீனின் முள்ளை மணற்பரப்பில் ஊன்றிவைத்து பரதவர்கள் நடத்திய வழிபாட்டிற்கு முன்னோடியே இவ்வழிபாடாகும். இக்கைக் கோடரிகளின் வழிபாடு இன்றும் கிருஷ்ணகிரி, தருமபுரிப் பகுதி களில் தொடர்கிறது. இவ்வழிபாடு இலிங்க வழிபாட்டின் முன்னோடி யாகும். நிலத்தில் ஊன்றப்பட்ட கற்கோடரி கூம்பு வடிவத்தில் இலிங்கத் தினைப் போன்று காட்சியளிக்கிறது. அதாவது இலிங்கம் என்பது ஒரு

குறியீடாகும். இக்குறியீடு கற்காலத்தில் கைக்கோடரியின் உருவமாக இருந்துள்ளது. இக்கற்கோடரியே தொடர்ந்து வந்த சமூகத்தளமான இரும்புகாலத்தில் சிவன் தாங்கியுள்ள மழுவாக மாறியுள்ளது எனலாம். பின் எப்பொழுது இலிங்கம் என்பது ஆண்குறி எனப் பொருள் கொள்ளப் பட்டது என்ற கேள்வி எழலாம். உணவு தேடும் வேட்டைச்சமூகத்திலிருந்து உணவு உற்பத்திச் சமூகமாக மாறும்போது கைக்கொள்ளப் பட்ட வேளாண்மைச் சடங்குகள் யாவும் இனப்பெருக்க முறைமையை ஒப்புநோக்குவனவாக அமைந்தன. அதாவது நிலம் பெண் ஆகவும், நிலத்தில் ஊன்றப்பட்ட கோடரியானது ஆண்குறிக்கு இணையாகவும்; கருதப்பட்டு வளமைச்சடங்குகள் பல நிகழ்த்தப்பட்டன. அவற்றுள் மிக முக்கியமானது ஆண்பெண் இணைவு பயிர் விளையும் நிலத்திலேயே நடத்தப்பட்டதுதான். இது பயிர் செழித்து வளர நடத்தப்பட்ட தாந்திரீகச் சடங்குகளில் ஒன்று. வயல்களில் வைக் கப்படும் ஆண் பெண் சோளக்கொல்லை பொம்மை மேற்கண்ட சடங்கின் எச்சமாகும். கொங்குப்பகுதியில் ஆண் பெண் பாலுறவு கொள்வது போல அமைக்கப்பட்ட சுடுமண் சிற்பம் வயல்வெளியில் காணப்படுவது இங்குக் குறிப்பிடத்தக்கது. சங்க இலக்கியத்தில் தலைவியை தினைப்புலம் காக்க அனுப்பும் அவளது பெற்றோர் மிக்க மகிழ்வுடன் அனுப்புவதாக கூறப்படுகிறது. அங்குதான் தலைவி தலைவனைச் சந்திக்கிறாள். இயற்கைக்கூடல் ஏற்படுகிறது. இந்நிகழ்வினால் தம் நிலத்தில் வளம் பெருகுமென்ற அம்மக்களின் தொல் நம்பிக்கையை இது குறிப்பிடுகிறது. வேளாண் சமூகத்தில் பெண் மிகவும் முக்கியமானவளாகக் கருதப்படுகிறாள். நிலத்தோடு அவள் தொடர்புப் படுத்தப்படுவதாலேயே இது நிகழ்ந்துள்ளது எனலாம்.

போர் என்பது உணவு சார்ந்தே தொல்பழங்காலத்தில் ஏற்பட்டது எனலாம். அதாவது தொல்மனிதன் உணவுக்கானத் தேடலில்; விலங்குகளோடு போரிடுதல், தன் சக மனிதனோடு சண்டையிடுதல் என்பதாக அது அமைந்தது. எனவே போர்க்கருவிகள் என்பதும் உணவு தேடும் முறையில் கையாளப்பட்ட கருவிகளே என்பதும் இங்கு குறிப் பிடத்தக்கது. அவ்வகையிலே கடவுளரின் கைகளில் அமைந்துள்ள போர் ஆயுதங்களை நாம் நோக்கவேண்டும். சிவன் கையில் உள்ள மழு, முருகன் கையில் உள்ள வேல், கணபதியின் கைகளில் உள்ள யானை வேட்டைக்கருவிகளான அங்குசம், பாசம், தேவியின் கைகளில் உள்ள சூலம், வில்லம்பு, வாள் ஆகியன உணவு தேடும் கருவிகளே ஆகும். இந்தக் கருவிகள் அனைத்தும் வழிபாட்டிற்குரியனவாகவே இன்று வரை அமைந்துள்ளன. ரிக்வேதத்தின் சாராம்சம் முழுவதும் குறிப்பிடுவதும் உணவு வேண்டுவதேயாகும். தங்களுக்கான உணவு உள்ளிட்ட வளங் கள் அனைத்தையும் தேவர்களிடம் அவர்கள் வேண்டுகின்றனர். தங்க ளுடன் உணவு உண்ண அழைக்கின்றனர். தேவர்களைப் போர்க் கடவுள்கள் என்றும், அசுரர்களை வளமைக்கடவுள்கள் என்றும்

சுவிராஜெயஸ்வால் குறிப்பிடுகிறார். அவ்வகையில் மகாதேவரான சிவன் மிகப்பெரிய போர்க்கடவுள் ஆவார். அவரின்; ஆயுதமான கோடரி சிவ வழிபாடான இலிங்கமாக மாறுவது ஒன்றும் வியப்பிற்குரியதில்லை. ஏனெனில் சிவவழிபாட்டில் மிக முக்கியமானது லிங்க வழிபாடாகும். இதன் மூலம் இறுதியாகக் கூறவருவது யாதெனில் லிங்கம் ஆண் குறியாக கருதப்பட்டு தாந்திரீகச் சடங்குகளில் வணங்கப்படுதலுக்கு முன்னரே போர்க் கருவியாக, உணவு தேடும் கருவியாக, வளமைச் சடங்கின் குறியீடாக வணங்கப்பட்டு வந்தது என்பதே.

கி.பி.3-4ஆம் நூற்றாண்டுகளில் சிவனும் திருமாலும் பெருந்தெய்வங் களாக்கப்பட்டு சைவமும் வைணவமும் எழுச்சி பெற்றன. குப்தர்கள் காலத்தில் இருபத்திஐந்திற்கும் மேற்பட்ட சிவவடிவங்களும்; பத்திற்கும் மேற்பட்ட வைணவக் கடவுள் வடிவங்களும் உருவாக்கப்பட்டு புராணங் கள் இயற்றப்பட்டன. அக்காலக்கட்டத்தில் வைணவத்தைக் காட்டிலும் சைவம் பல்கிப் பெருகியது என்றேக் கூறலாம். சிவவழிபாடு நால்வருணத் தாரிடையும் செல்வாக்குப் பெற்றது. வருணத்துள் அடங்காத பல இனக் குழுக்களிடையேயும் சிவவழிபாடு தாக்கத்தை ஏற்படுத்தியது எனலாம்.

அதாவது பல்வேறு இனக்குழுக்களாக வாழ்ந்து வந்த தொல் குடியினரின் நம்பிக்கைகளிலும் சடங்குகளிலும் வழிபாடுகளிலும் சைவம் தாக்கத்தை ஏற்படுத்தியது. அப்பழங்குடி மக்களின் பல்வேறு நம்பிக்கை களையும், சடங்குகளையும் சைவம் தன்னுள் ஏற்றுக்கொண்டு அதனை சிவவழிபாடு என்னும் மறுவடிவமாக திருப்பியளித்தது. குலக்குறி வழிபாட்டினைக் கொண்ட தொல்குடி மக்களின் வழிபாடு, நம்பிக்கை, சடங்கு முதலியன சைவத்தால் மறுவடிவமாக்கப்பட்டது எவ்வாறெனில், தொல்குடியினரின் குலக்குறியீடுகள் சிவனை வழிபடுவதாகக் காட்டப் பெற்றன. அவ்வாறே அத்தலம் பாடல் பெற்றது. அந்தந்த திருத் தலங்களில் வாழ்ந்திருந்த இனக்குழுவினரின் குலச்சின்னங்கள் சிவனைப் பூசிப்பதாகக் கொள்வதால் தங்கள் மூதாதையர்களே அதாவது குலக் குறியீடுகளே வணங்கிய சிவனை அவர்களும் தங்கள் பெருந்தெய்வமாக ஏற்றனர். இவ்வாறு சைவம் பழங்குடியினரிடையே தழைத்து எழுச்சி பெற்றது எனலாம்.

கி.பி. 7-ஆம் நூற்றாண்டளவில் தமிழகத்தில் பல தலங்கள் சைவ சமயக் குரவர்களால் பாடல் பெற்றன. அப்பாடல் பெற்ற தலங்கள் அத்தலத்தின் பெருமைகளைக் கூறுவதோடு யாரெல்லாம் அத்திருத்தல இறைவனை வழிபட்டு பேறுபெற்றனர் எனவும் எடுத்துக் காட்டுகின்றது. அதில் முதன்மையாக பேறுபெற்றவைகளாக ஒவ்வொரு குறிப்பிட்ட இனக்குழுவினரின் குலக்குறியீடுகள் காட்டப்பெற்றன. காஞ்சிபுரம் செய்யாறு அருகே உள்ள திருப்பனங்காடு என்னும் பாடல்பெற்ற சிவத்தலத்தில் கல்வெட்டு ஒன்றில் பனைமரம் காட்டப்பட்டுள்ளதோடு குலக்குறியீட்டினை அழிக்காதபடிக்கு பனை வெட்டப்போகார்

என்றும் பொறிக்கப்பட்டுள்ளது. திருவாவடுதுறை (திரு+ஆ+ஆடுதுறை) தலபுராணம் பசு ஒன்று சிவனை வழிபட்டதால் இப்பெயர் பெற்றதாகக் கூறுகிறது. அவ்வாறே மயிலாப்பூரில் பார்வதி மயில்வடிவத்தில் சிவனை வழிபட்டு பேறுபெற்றதாகக் காட்டப்படுகிறது. மயில்கள் ஆர்க்கும் ஊர் என்பதாலேயே அவ்வூர் மயிலாப்பூர் எனப்பட்டது. மயிலைக் குலச்சின்னமாகக் கொண்டோர் சிவனை வழிபட்டதன் குறியீடே இத்தலத்தின் புராணமாகும். கச்சி அநேகதங்காதீஸ்வரர் கோயிலில் யானை சிவனை வணங்கிய கதை வழங்கப்படுகிறது. அநேபம் என்றால் யானை என்று பொருள். காஞ்சி கச்சபேஸ்வரர் கோயில், திருப்புலிவனம், திருப்புள்ளிருக்குவேளூர், திருக்குரங்கணில்முட்டம், திருக்குரங்காடுதுறை, திருஆவூர்பசுபதிச்சுவரம், திருவலிதாயம், திருவலி வலம், திருப்பனையூர், திருமயிலாடுதுறை, திருப்பாம்புரம், திருநா கேச்சுவரம், திருவிடைமருதூர், திருக்கடம் பூர், திருப்பைஞ்ஞீலி, திருவானைக்கா, திருநெல்லிக்கா, திருநாவலூர், திருசுகவனேச்சுரம் முதலிய தலங்களில் முறையே ஆமை, புலி, புள், குரங்கு, அணில், பசு, குருவி, பனை, மயில், பாம்பு, காளை, கடம்பமரம், வாழைமரம், யானை, நெல்லி, நாவல் மரம், கிளி ஆகியன சிவனை வழிபட்டதாக இத்திருக்கோயில் தலபுராணங்கள் கூறுகின்றன. மேற்கண்ட தேவாரப் பாடல்பெற்ற திருக்கோயில்களின் தூண்களில் மேற்குறிப்பிடப்பட்ட விலங்குகள் சிவலிங்கத்தை வழிபடுவது போன்ற சிற்பங்கள் அமைக் கப்பட்டுள்ளன. திருப்புலிவனத்தில் புலி ஒன்று லிங்கத்தை வணங்குவது போன்றும், கச்சபேஸ்வரர் கோயிலில் ஆமை வழிபடுவது போன்றும், திருஆவூர்பசுபதிச்சுவரம் உள்ளிட்ட பல தலங்களில் பசு சிவலிங்கத்தை வழிபடுவது போன்றும் தூண் சிற்பங்கள் அமைக்கப்பட்டுள்ளது இங்கு குறிப்பிடத்தக்கது.

மேற்கூறிய விலங்குகளும், தாவரங்களும் இனக்குழுக்களின் குலக் குறியீடுகளே. விலங்குகளும் பறவைகளும் சிவனை வழிபடுவதாக காட் டப்படுவதோடு, தாவர சங்கமங்கள் அத்தலத்தின் தலவிருட்சமாய் வழங்கப்பெற்றன. மேற்கண்ட தலங்கள் யாவும் தொல்குடியினரின் தாய்த்தெய்வ வழிபாட்டிடங்களாக இருந்தவை என்று டேவிட் டீன் சுல்மன் கூறுகிறார். தாய்த்தெய்வம் பல தலங்களில் மயிலாகவும், பசுவாகவும் இருந்து சிவவழிபாட்டை செய்ததாக தலபுராணங்கள் உரைக்கின்றன. அதாவது இங்கு குலக்குறிகள் தாய்த்தெய்வத்தோடு முதலில் இணைக்கப்பெற்றன. பின்பு அவை சிவவழிபாட்டில் கலந்தன. அதாவது உணவு தேடும் வேட்டைச் சமூகத்தில் குலக்குறியீடுகளான விலங்குகளும், தாவரங்களும், இயற்கைப்பொருட்களும் வணங்கப் பட்டன. உணவு உற்பத்திச் சமூகமானது வேளாண் சமூகமாக மாற்றம் பெற்ற போது பெண் அச்சமூகத்தில் ஏற்றம் பெற்ற போது தாய்த் தெய்வம் போற்றப்படுகிறாள். ஆனால் இங்கு ஓர் இணைவு ஏற்படுவதை நாம் காணவேண்டும். தாய்த்தெய்வமானது இங்கு குலக்குறியீட்டின்

வடிவாக வணங்கப்பட்டுள்ளது. அதாவது தாயானவள் மயில் வடிவாகவும், பசுவடிவமாகவும் அந்தந்த தலங்களில் போற்றப்பட்டு, சிவனை வணங்குவதாகக் காட்டப்பட்டுள்ளாள். இவ்விணைவு மிகவும் உற்று நோக்கத்தக்கது. முதலில் வணங்கப்பட்ட குலக்குறியீடுகள் பெண் தெய்வத்துடன் இணைக்கப்பட்டு, பின் அப்பெண் தெய்வம் மணமுறையில் சிவனுடன் இணைக்கப்படுகிறது. உதாரணமாக மதுரை மீனாட்சி சுந்தரேஸ்வரர் திருமணத்தைக் கூறலாம். பாண்டியரின் குலக் குறியீடான மீன் 'அங்கயற்கண்ணி' என்று தாய்தெய்வத்துடன் குறிப்பிடப்பட்டு, பின்பு அத்தெய்வம் சிவனோடு இணைவதாகக் காட்டப்படுகிறது. சந்திரவம்சத்தவரான பாண்டியர்; நெல்லையில் 'காந்திமதி' என்று தங்கள் தாய்த்தெய்வத்தை வணங்கிப் பின் சிவனோடு இணைத்து வழிபடுகின்றனர். ஆனால் இப்பிணைப்பு பலவிடங்களில் மறுக்கப்பட்டுள்ளது. சான்றாக கன்னியாகுமரி அம்மனைக் குறிப்பிடலாம். குமரி அன்னை கன்னியாக இருத்தலையே மக்கள் விரும்புவதாக அதன் தலபுராணப் பின்னணி கூறுகிறது.

வைணவம் தமது கடவுளின் அவதாரங்களாக மீன், ஆமை, வராகம், சிம்மம் முதலிய குலக்குறிகளைக் கொண்டதாக காட்டுகிறது. அதாவது இத்தகைய குலக்குறியீடுகள் கொண்ட இனக்குழுக்களை வைணவம் தம்முள் இணைத்துக் கொண்டது. குள்ள கணத்தாரையும் (வாமனன்), பிராமணக்குழுவையும் (பரசுராமர்), அரசமரபையும் (இராமர்), வேளாண்சமூகத்தையும் (பலராமர்), கால்நடைச் சமூகத்தையும் (கிருஷ்ணர்) அச்சமயம் தன்னுள் இணைத்துக் கொண்டதையே திருமாலின் மேற்கண்ட அவதாரங்கள் காட்டுகின்றன. ஆனால் வைணவத்தைப் போன்று குறிப்பிட்ட எண்ணிக்கையில் மட்டும் அடக்கிக் கொள்ளாமல் சைவம் சமூகத்தின் அனைத்துத் தரப்பு மக்களையும் ஆரத்தழுவியது. எண்ணற்ற பல்வேறு சிறிய இனக்குழுக்கள் சைவத்தின் தளர்வுப் போக்கினால் அதனுடன் இணைந்து தங்கள் மூலத்தை விட்டு சைவர்களாக மாறின. பெரியபுராணம் காட்டும் மாந்தர்கள் யாவரும் பல்வேறு குலத்தினைச் சார்ந்தவர்களே. ஆனால் சிவவழிபாட்டினால் அவர்கள் ஒரு குடையின் கீழ்; நிற்கும் அடியார் ஆகிறார்கள். மேலும் சிவவழிபாடு பழங்குடிகளின் சடங்குகளையும், நம்பிக்கைகளையும் அவ்வாறே ஏற்றுக்கொண்டதும் அதனோடு இணையும் தொல்குடிகளுக்கு ஏதுவானது. பௌத்தம் உள்ளிட்ட அனைத்து சமயங்களின் சாராம் சத்தையும் பிழிந்தெடுத்து சைவ சித்தாந்தம் என்ற புதிய வழிமுறையை கி.பி. எட்டாம் நூற்றாண்டிலேயே சைவம் சமூகத்திற்குக் கொடுத்ததுவும் அச்சமயம் தழைத்தோங்க வழிவகுத்தது எனலாம். வாழ்க்கை மற்றும் பிரபஞ்சத் தத்துவங்கள் அனைத்தும் இதில் அடங்கியுள்ளன வேறெதிலும் முனையத் தேவையில்லை என்ற நிலையை மக்களுக்கு சைவம் ஏற்படுத்தியது.

குறிப்புதவி நூல்கள்:

1. தேவிபிரசாத் சட்டோபோத்தியாயா, உலகாயதம், நியூசெஞ்சுரி புக் ஹவுஸ், சென்னை.
2. ஆ.தனஞ்செயன், குலக்குறியியலும் மீனவர் வழக்காறுகளும், நியூ செஞ்சுரி புக் ஹவுஸ், சென்னை.
3. David Dean Sulman, Tamil Temple Myths
4. பன்னிரு திருமுறைகள், வர்த்தமான பதிப்பகம், சென்னை.
5. Suvira Jayaswal, Caste
6. ஆ.பாவாணன், பழனியப்பன், இந்திய தத்துவமரபு, நியூசெஞ்சுரி புக் ஹவுஸ், சென்னை.
7. சுவிரா ஜெயஸ்வால், வைணவத்தின் தோற்றமும் வளர்ச்சியும் நியூசெஞ்சுரி புக் ஹவுஸ்
8. சங்கஇலக்கியம், அகநானூறு, பரிபாடல்
9. கட்டுரை ஆசிரியரால் மேற்கொள்ளப்பட்ட சிவத்தலங்களின் களஆய்வு

1.சிந்துசமவெளி முத்திரையில் வரிசையாக ஏழு பெண் தெய்வங்கள் மற்றும் மரத்தின் நடுவே நிற்கும் தாய்த்தெய்வம்

2. ஆதிச்சநல்லூர் அகழாய்வில் கிடைத்த பானையோட்டில் கொற்றவை தாய்த்தெய்வம்

3. ஆதிச்சநல்லூர் அகழாய்வில் கிடைத்த வெண்கலத்தால் ஆன தாய்த்தெய்வம்

4. திருமயிலை கபாலீசுவரர் கோயிலில் உள்ள மயில் வடிவான தாய்த்தெய்வம் சிவலிங்கத்தை வழிபடும் புடைப்புச் சிற்பம்

5. சிந்துவெளி முத்திரையில் இருபுறமும் பாய்ந்து தாக்கவரும் புலிகளுடன் போரிடும் தாய்த்தெய்வம்

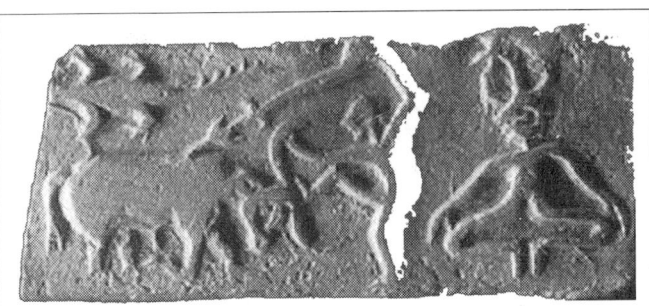

6. சிந்துவெளி முத்திரையில் காட்டெருமையை கொல்லும் தாய்த்தெய்வம்

சந்தி வழிபாடு

சந்தி என்பது சாலை சந்திகள், சாலை கூடுதுறைகள், பெருஞ்சாலை சந்திப்புகள் என்ற பொருளைத் தருகின்றன. சந்தி என்பதே ஒன்றிலிருந்து மற்றொன்று தொடங்கப் பெறுவதற்கான முனை என்றும் கொள்ளலாம். காலையிலிருந்து இரவும், அவ்வாறே இரவிலிருந்து காலையும் (சந்திக் காலம்) இம்முனையில் இருந்தே தொடங்குகின்றன. அவ்வாறே பாதை கள் எனப்படும் வழிகளும் ஒன்றின் முடிவிலிருந்து மற்றொன்றாக தொடக் கம் பெறுவதற்குரிய இடமாக சந்தியைக் கொள்ளலாம். பெருவழிகள் சந்திக்கும் இடம் சந்தி. சந்தி வழிபாடு என்பது பண்டு பெருவழிகள் சந்திக்கும் முனைகளில் நடத்தப்படும் பலிச் சடங்கினைக் குறித்தது. இப்பலிச்சடங்குகள் ஒரு முறைமைப்படுத்தப்பட்ட நெறிகளைக் கொண்டிருந்தன. முச்சந்தி மற்றும் நாற்சந்திகள் என்பது பெருவழிகள் கூடுமிடமாகவோ அல்லது ஊர்களின் தெருக்கள் கூடுமிடமாகவோ இருக்கலாம். அவ்வாறான கூடுமிடங்களில் நடத்தப்படும் பலி முதலான சடங்குகள் பாவங்களை அவ்விடத்திலேயே விட்டு விட்டு வீடு திரும்புவதற்காக செய்யப்பட்டது. வீடுகளில் செய்யப்படும் ஒவ்வொரு சடங்கு பற்றியும் பிராம்மணீய நூல்கள் குறிப்பிடுகின்றன. ஆனால் சந்தி வழிபாடு பற்றி எந்த பிராமணீய நூலும் குறிப்பிடவில்லை.

சந்திகளில் நடத்தப்படும் பலி முதலான சடங்குகள் அமாவாசை மற்றும் கிருஷ்ணபட்சம் ஆறாம் நாளன்று (ஷஷ்டி) செய்யப்படும். இறப்புத் தொடர்பான சடங்குகளின் இறுதியில் சாலைகள் கூடுமிடங் களில் ஒரு பசுவைக் கொன்று, அதைத் துண்டமாக்கி, போவோர் வருவோர்க்கெல்லாம் அதைப் பங்கிட்டுத் தரவேண்டும். எனவே சந்தி வழிபாடு என்பது சந்தியில் புதைத்த இறந்தோரை வணங்குதல் என்பதாக நாம் கருதலாம்.

சந்திகளில் இறந்தோரைப் புதைத்தல்

உலகெங்கிலும் சாலைகளின் சந்திகளில் இறந்தோர்களைப் புதைக்கும் வழக்கம் இருந்தது. இறந்தோரின் ஆவி அவ்வழியைப் பயன்படுத்தி பிறிதோரிடத்திற்குச் செல்லும் எனவும், இவ்வாறு புதைக்கப்பட்டோர் மீண்டும் புதிய பிறவி கொள்வர் என்னும் ஆசையும் பழங்குடிகளிடத்தே நம்பிக்கையாக பரிணமித்திருந்தது. மங்கோலியரிடையேயும், பல வட அமெரிக்க பழங்குகளிடையேயும் மற்றும் மேற்கு ஆப்பிரிக்காவிலும் இறந்த குழந்தைகளை, பாதை அல்லது தெரு ஓரத்தில் புதைக்கும் வழக்கம் இருந்தது. அதனால் இறந்த ஆவி அந்த பாதை வழியே செல்லும் சில பெண்களுள் புகுந்து அதன் காரணமாக மீண்டும் பிறக்க வாய்ப்பாகும் என்ற அவர்களின் நம்பிக்கையே இதற்கு காரணமாயிருந்தது.

பழங்காலத்தில் இந்துக்களிடையே இறந்தோரை இந்த சந்திகளில் புதைக்கும் வழக்கமிருந்தது. அவ்வாறு புதைத்தபின்பு ஆண்டிற்கு இரண்டு அல்லது மூன்று முறை அவ்விடத்தில் சடங்குகளை நடத்தவும் செய்தனர். புதிய கற்காலத்தில் மக்கள் நிலையாக ஓரிடத்தில் வசிக்கத் தொடங்கிய பின்னர் தன் குடியிருப்பின் அதாவது வீட்டின் கொல்லையில் இறந்தவர்களை புதைத்தனர். பின்னர் குடியிருப்புகள் விரவிய பொழுது ஈமக்காடுகள் என்ற பகுதி தனியே ஊருக்கு ஒதுக்குப்புறமாக தோற்றுவிக்கப்பட்டது எனலாம். ஆனால் சந்தியில் புதைத்தல் என்பது இதற்கு முந்தைய காலத்திய, முன்னோடியான ஒரு வழக்கம் என்றே நாம் கொள்ள வேண்டும். ஏனெனில் உணவுக்காகவும், இன்னும் பிற தேவைகளுக்காகவும் இடம் பெயர்ந்து கொண்டிருக்கும் இனக்குழுக்களான தொல்குடிகளிடத்தே இறப்பு ஏற்படுகையில் போகின்ற வழியில் புதைத்துச் சென்றார்கள் என்றே கருத வேண்டியுள்ளது. பின்னர் நிலையான குடியிருப்புகள் ஏற்பட்ட பின்னரும் இதே வழக்கமும் கைவிடப்படவில்லை. பழங்கால இந்தியாவில் சாலை சந்திகளில் இறந்தோரைப் புதைத்த பின்பு, அதன் மேல் பகோடா அல்லது ஸ்தூபிகளை அமைத்து, அதன் உச்சியில் ஒரு கலசத்தில் இறந்தோரின் எலும்பு மற்றும் சாம்பலை வைத்து பாதுகாக்கும் வழக்கமிருந்தது. அரசர்களுக்கும், செயற்கரிய செய்த வீரர்களுக்கும் அவர்களை பெருமைப் படுத்த இவ்வாறே செய்யப்பட்டது. பல கல்லறைகளும், சமாதிகளும், பிரமிடுகளும் இவ்வாறு சந்திகளில் ஏற்படுத்தப்பட்டுள்ளமைக்கான சான்று அவற்றின் களஆய்வு மற்றும் அகழாய்வின் மூலம் வெளிக் கொணரப்பட்டுள்ளன.

'கல்லேத்து கவலை' என்று மலைபடுகடாம் கூறுகிறது. கவலை என்பது இங்கு சந்தியை குறிக்கிறது. எனவே சந்தியில் வைக்கப்பட்டுள்ள நடுகல்லை மக்கள் வழிபட்டார்கள் எனத்தெரிகிறது. சந்தியும் சதுக்கமும்

முருகனின் உறைவிடங்களாக முருகாற்றுப்படை குறிப்பிடுகிறது. இங்கு சந்தி என்பது பெருவழிகளின் சந்திப்பாகவும், சதுக்கம் என்பது நகரத்தின் தெருக்களின் கூடுமுனையாகவும் கொள்ள வேண்டும். இவ்விடத்தில் அமைந்துள்ள கடவுள் அணங்கு ஆகும். அணங்கு என்பது வருத்தக்கூடிய தெய்வம். முருகன் சூர் அணங்கு என குறிப்பிடப்படுகிறான். எனவே சதுக்கத்திலுள்ள உள்ள தெய்வம் தவறு செய்பவர்களைத் தண்டிக்கிறது எனக் கொள்ளலாம். சிலப்பதிகாரத்தில் கூறப்படும் சதுக்கபூதத்தின் நிலையும் அதுவேயாம்.

சந்திகளில் தெய்வங்கள்

சாலை கூடுமிடங்கள், பொதுவாக தீய ஆவிகளின் மற்றும் பேய்களின் உறைவிடங்கள் அல்லது வாழ்விடங்கள் என்றே அதிகமாக அறியப்படுகின்றன. இம்மாதிரியான தீயசக்திகளை விலக்குதலுக்கான பலவித உகந்த வழிமுறைகள் கையாளப்பட்டாலும் கூட அவ்விடங்கள் அமங்கலமானவை இன்னும் பயங்கரமானவை என்றே எண்ணப் படுகின்றன. ஆனால், இதற்கு இன்னொருபுறம் சிலசமயங்களில் இவ்விடங்கள் ஒரு தெய்வீக சக்திக்குரிய இடங்களாகவும் திகழ்கின்றன. பெரும்பாலும் இவ்விடங்களில் இருக்கும் தீயசக்தியை விலக்குவதற்காக, ஒடுக்குவதற்காக ஏதாவது ஒரு வழிபாட்டு முறை சார்ந்த தெய்வ உருவங்களை வைத்து வழிபடும் முறை இங்கு கைக்கொள்ளப்படுகின்றது. பல நேரங்களில் இவ்விடங்கள் தெய்வாம்சம் பொருந்திய இடங்கள் தான் எனவும் கருதப்படுகின்றன. புனித நூலான அவெஸ்தாவின் குறிப்பில் ‘பெருஞ்சாலைகள் பிரியும் இடத்திலும், தெருக்கள் கூடுமிடத்திலும்... நாங்கள் அர்ப்பணிக்கிறோம்’ என்ற குறிப்பு வருகின்றது. எனவே இவ்விடங்களில் பண்டிலிருந்து ஏதோவொன்று பலியாக அர்ப்பணிக்கப்பட்டு வந்துள்ளது என்பது தெரிகிறது.

சாலைகள் கூடுமிடங்கள் அவற்றின் அருகே உள்ள வீடுகளுக்கு கெட்ட பெயரையே கொண்டு வருவதாக வராகமிகிரர் கூறுகிறார். (பிருகத் சம்ஹிதை 53.89) இடுகாடு, இடிந்த கோயில்கள் ஆகியவற்றிற்கு அருகாமையில் இருக்கும் இடங்கள் அமங்கலமானவை என்று பிருகத்சம்ஹிதை 51.4 கூறுகிறது. உண்மையில் பாதைகள் கூடுமிடங்கள் தாம் பண்டைய கால மக்களின் நிரந்தர இருப்பிடம் என்று டி.டி.கோசாம்பி கூறுகிறார். மக்கள் பாதைகள் கூடுமிடங்களில் சந்தித்து பண்டமாற்றம் செய்து கொள்வார்கள். அவர்களுடைய வழக்கமான விழாக்களும் அந்த இடங்களில் தான் நடைபெறும் என்கிறார். இக்கூடுமுனைகளில் தாய்த்தெய்வங்கள் இருந்ததாகவும் அவர்களுக்கே பலிகள் வழங்கப்பட்டதாகவும் தெரிகின்றன. நாற்சந்திகளில் உறைபவை பெரும்பாலும் பெண் தெய்வங்களே என்று கோசாம்பி கூறுகிறார்.

அவருடைய களஆய்வும் அதனை உறுதிப்படுத்துகிறது. இப்பெண் தெய்வங்கள் அணங்குகள் ஆவர் என்று கருத இடமுண்டு. வருத்தும் தெய்வங்களான இவர்களுக்கு பலியிட்டு திருப்திப் படுத்துவர். காஞ்சி புரத்திலுள்ள கச்சபேசுபவரர் கோயில் கல்வெட்டொன்று இங்கு உறைந் துள்ள துர்க்கையை ஐஞ்சந்தி பட்டாரகி என்று குறிப்பிடுகிறது. ஐந்து பாதைகள் இணையும் சந்தியில் விளங்கும் இத்தெய்வம் அணங்கன்றி வேறொன்றில்லை. பாலைத் தெய்வமான கொற்றவையை இங்கு ஒப்பு நோக்குதல் கூடுதல் முடிவுகளை நமக்குத் தரும். குறிஞ்சி, முல்லை திரிபின் பண்பட்ட நிலமான பாலையில் கொற்றவையை வணிகர்களும், வழிபோக்கர்களும், வீரர்களும் வழிபடுகின்றனர். இப்பாலைநிலத் தெய்வம் மேற்கூறப்பட்டோர் செல்லும் வழியிலேயே இருந்தது எனக் கருத இடமுண்டு. தொல்காப்பியத்தின் உரையில் இளம்பூரணர் வெட்சித் திணைக்கு உரிய கடவுளாக கொற்றவையைக் குறிப்பிடுகிறார். இது சேயோனுக்கு முந்திய நிலையைக் குறிப்பதாகும். மேலும் முல்லை நிலமான காடும் காடு சார்ந்த பகுதியைச் சார்ந்தே காடுகிழாள், பெருங் கொற்றி என்று கொற்றவை தெய்வம் அழைக்கப்படுகிறது. எனவே குறிஞ்சி, முல்லை, பாலை ஆகிய மூன்று நிலங்களிலும் கொற்றவை தெய்வம் வழிபடப்பட்டது உறுதிபடுத்தப்படுகிறது. எனவே சந்தி தெய்வம் இங்கு கொற்றவையே எனக்கூறலாம். மேலும் நாட்டார் வழக்கில் பெண் தெய்வங்கள் சந்தியில் மரத்தினடியில் உறைவதாக வழிபடப்பட்டு வருகின்றன.

ஆனால் சந்தியில் உறையும் பெண் ஆவிகளை சூன்யக்காரிகள் என்று மேலைநாட்டார் நம்புகின்றனர். அவை தங்களுக்கு தீமையே தரும் என்பதால் அவற்றை திருப்திப்படுத்த பலிகள் கொடுக்கப்பட்டன. உல கெங்கிலும் கொலையுண்டவர்களும் தற்கொலை செய்து கொண்டவர் களும் சந்தியில் புதைக்கப்பட்டனர். அவர்களது கெட்ட ஆவி அவ்விடத் திலிருந்து புறப்பட்டு எழாதவாறு அவர்களது உடலை துளைத்துச் செல் லும் ஒரு கூரிய கோல் அவ்விடத்தில் நடப்பட வேண்டும் என்பது அங்கு வழக்கமும் சட்டமும் ஆகும். ஐரோப்பாவில் இத்தகு நிலை சமீபகாலம் வரை இருந்து வந்தது. குற்றவாளிகளை தண்டிக்கும் இடமாகவும் சந்தி இருந்து வந்தது. அவ்வாறு தண்டனை நிறைவேற்றப்பட்டோர் அந்த சாலையில் உள்ள மேடையில் தான் உயிரை விட்டிருப்பர். அவ்விடத்திலேயே புதைக்கவும் பட்டனர். அறநெறி தவறுவோரை தண்டிக்கும் சதுக்க பூதத்தினை இங்கு ஒப்பிடலாம். இந்தியாவைப் பொறுத்தவரை பூதங்கள் என்பனவே கெட்ட மற்றும் துன்புறுத்தும் ஆவிகளாகக் கருதப்படுகின்றன.

ஆனால் இந்தியாவில் தற்கொலை செய்து கொண்ட பெண்கள், விபரீதமாக மரணமுற்றோர் ஆகியோர்களை சந்தியில் புதைக்கும் வழக்க

மிருந்தது. அவ்வாறு தற்கொலை செய்து கொண்ட குறிப்பாக அக்னியில் மாண்ட, ஆற்றில் பாய்ந்து உயிர்விட்ட பெண்களின் ஆவி இன்றும் தெய்வங்களாக வணங்கப்பெறுதல் கண்கூடு. எனவே தமிழகத்தைப் பொறுத்தவரை அத்தகு ஆவிகள் தாய்த்தெய்வங்கள் என்றே வணங்கப் பட்டு வருகின்றன.

கிரேக்கத்தில் Hecate என்னும் பெண் தெய்வம் நம்நாட்டின் காளிக்கு நிகரானவள். அவளது பன்முக காத்தல் தன்மை காரணமாக, சாலை கூடுதுறையின் அவலங்களிலிருந்து காத்தலுக்காக வழிபட்டு, தொழுது, பின்பற்றும் முறை இன்று வரை இருந்து வருவது கண்கூடு. சாலை கூடுதுறையின் காவல் என்ற தலையாய சம்பந்தம் மட்டுமல்லாது, காளி பாதைகள், தெருக்கள் மற்றும் வாயில்களிலும் கூட துஷ்டிகளை, துன்பங்களை வெளியேற்றி, விரட்டுபவள் என்ற தன்மைக்காக இணைக் கப்பட்டிருக்கிறாள். ஒவ்வொருவாயில்களிலும், குறுக்குச்சாலைகளிலும், அங்கு அதி சக்தியாய் இருள் கவ்வுதலை போல வெற்றி கொள்ள துடிக் கும் கொடிய சக்திகளை எதிர்க்கவும், வெளியேற்றவும், அவளது உருவம் அல்லது உருகுறித்த சின்னம் நிறுத்தப்பட்டிருந்தது. நகரின் வெளியே, உள்ளே இந்த இரு இடங்களிலும் அவள் வழிபடப் படுதலின் நோக்கம் முக்கியமாக இறந்தோர்களின் ஆவிகளின், சாத்தான்களின் பெரியதொரு கொடூர தாக்கம் தடுக்கப்படவேண்டும் என்பதே. பண்டு இந்த உருவங்கள் Ekaraia (ஏகவீரிகா) என அழைக்கப்பட்டன. காளிதேவி தன்னுடைய அதீத சக்தியின் காரணமாக சூனியகாரிகள், மந்திரவாதிகளின் கூட்டத்துடனும் சேர்ந்து கொள்கிறாள். இவள், தனது படை போன்ற, ஆவி கூட்டம் சூழ, கோரை பற்களுடன் எலும்பு மாலைகளை அணிந்து கொண்டு, கையில் பலவித ஆயுதங்களை ஏந்திக்கொண்டு, விழிகளை வெருட்டியபடி அதிபயங்கர தோற்றத்தில் காணப்படுகிறாள். இத்தோற்றத்தில் அவள் எதிரிகளை வெறித்தனமாய் துன்புறுத்துவதிலும், அவர்களுக்கு ஆபத்தை விளைவிப்பதிலும் தனி தன்மை பெற்றவள். ஆகையால், பயம் கொண்டோர், துன்பத்தை விளைவிக்கும் இவளையே, தங்களை பாதுகாக்க முன்னிறுத்தி அழைத்து, அவள் மூலமாக தங்கள் விருப்பங்களை நிறைவேற்ற துன்பம் நீக்க, அழைப்பர். இவளது மூன்று வடிவ நிலைகள் விஸ்தாரமாக விவரிக்கப் பட்டுள்ளது. ஆனால், இவள் உருவத்தை சாலை கூடுதுறையில் வைத்து, அவளது முகம் அச்சாலையிலிருந்து பிரியும் கிளைச் சாலைகள், ஒவ் வொன்றையும், உற்று கண்காணிக்கும்படி அமைக்கப்பட்டிருந்ததன் காரணமாகத்தான் இவ்வாறு உருவானது. முதன்முதலில், தீயவைகளை எதிர்த்து நீக்கும் தெய்வமாகவும், அதனை தொடர்ந்து அவளே, அந்த எதிர்நின்ற மோசமான தீமைகளுடன் கைகோர்த்து, உறவாடுபவளாக, அவளுள் இருக்கும் தெய்வத்தன்மையை நாம் பார்க்கிறோம். இந்த தீயசக்திகளை வெருட்டி ஓடவும் செய்கிறாள், அல்லது, அவளே,

அவர்களின் கோரத்தை காணவும் காரணமாகிறாள். இன்னும், அவளே, அத்தகைய தீயசக்திகள் வருவதை முன் உணர்த்துபவளாகவும் குறிசொல் பவளாகவும் இருக்கிறாள். இந்த வரும் பொருள் உரைக்கும் அவளது தன்மைக்காக, அவளது படையலுக்கு 'இரவு நேர பூசை'யில், விளக்கு கள் சுற்றிலும் ஏற்றப்பட்டு, திட உணவு வகைகளுடன், மீன், முட்டை, பாலாடை கட்டிகள், தேன் இன்னும் பலவும் சேர்க்கப்பட்டன. தொல் மூதூரான காஞ்சியில் உள்ள கச்சிப்பேடு எனும் கோயிலில் ஐஞ்சந்தி பட்டாரகி என்று மகிஷமர்த்தினி என்ற துர்க்கை கல்வெட்டுகளில் குறிப்பிடப்படுகிறாள். தலத்தின் காவல் தெய்வமாக சிவவடிவங்களில் ஒன்றான பைரவர் வழிபாடு தொடங்குவதற்கு முன்பாக இத்தேவியே புனிதத் தலங்களின் காவலாக விளங்கி வந்தவள் என்பது தெரிகின்றது.

ஆயினும் உலகெங்கிலும் சாலை சந்திப்புகள் தீயசக்திகளின் இருப்பிடமாகவே இன்று வரை கருதப்பட்டு வருகின்றது. எனவே இவ் விடத்தில் செய்யப்படும் சடங்குகளால் தங்கள் பாவங்கள் அவ்விடத் திலேயே விட்டகலும் என்றும், வழியில் வந்தது வழியிலேயே செல்லும் என்பதும் தொல்நம்பிக்கையாக இருந்து வருகிறது. வழிப்போக்கர் களாகிய பயணிகள் சாலைகளின் இந்த சந்திகளில் மிகவும் கவனத்துடன் இருப்பர். இவ்விடத்தினைக் கடக்கும் போது சொல்லவேண்டிய மந்திரங்கள் உள்ளன. சான்றாக திருமணத்திற்குச் செல்லும் மணமகன், 'வழியில் தங்களுக்கு எந்த தீயசக்தியாலும் துன்பம் நேரக் கூடாது' என சொல்லி வழியில் எங்கும் நிற்காது வலது கையை மடக்கியவாறு செல்ல வேண்டும். மேலும் இறைச்சியுணவை ஓரிடத்திலிருந்து இன்னொரிடத்திற்கு கொண்டு செல்கையில் எதிர்ப்படும் சந்திகளை கடக்கும் போது அவ்விடங்களில் தங்கள் கைகளில் கொண்டு செல்லும் அடுப்புக்கரித் துண்டுகளை வீசிச் செல்வர். புலையர் பழங்குடியினரிடத் தில், ஆண்கள் வெளியூருக்கு சென்று திரும்புகையில் முச்சந்தியில் நிற்க வைத்து சில சடங்குகளை செய்வர். இது அவர்களைத் தொடர்ந்த தீய சக்திகள் அச்சந்தியிலேயே அவர்களை விட்டுச் சென்றுவிடும் என்ற நம்பிக் கையில் செய்யப்படுவதாகும். நீலி தன் கணவனை அவன் செல்லும் வழியிலேயே மறிக்கிறாள்.

தமிழகத்தில் பழங்காலத்திலிருந்தே வருவன உரைக்கும் தெய்வங் களின் இருப்பிடமாக இந்த சாலை சந்திகள் இருந்திருக்கின்றன. அதிலும் குறிப்பாக ருத்ரன். ருத்ரன் பொதுவாக பேய்கணங்கள், பூதகணங்கள் ஆகிய தீய சக்திகளுக்கு தலைவனாக இருந்தாலும், ருத்திரனின் பாதுகாப் பை வேண்டி ஆண்டிற்கொருமுறை நடத்தப்படும் முன்னோர் வழிபாட் டில் பிண்டதானம் அளித்து, ருத்திரனை திருப்தி செய்வர். இந்த பிண்ட பலி முதலில் உயிர்ப்பலியாகவே, ருத்திரன் எப்போதும் அலைந்து உறையும் இடமான சாலை சந்தியில் தான் அளிக்கப்பட்டது. சாலை சந்தி களில் தான் பயணிகளும் ருத்திரனை ஏத்தி வழிபடுகின்றனர். அது

போலவே ஆண்டிற்கொருமுறை சந்திகளில் உறையும் தீயசக்திகளுக் கும் சடங்குகளை செய்வது வழக்கம். நோயிலிருந்து விலக வேண்டு மெனில் அந்நோய்க்குக் காரணமான தீயசக்தியை திருப்தி படுத்த வேண்டி யுள்ளது. நோயுற்ற ஒருவன் அந்நோயிலிருந்து விடுபட வேண்டுமாயின், அவன் நடுசாமத்தில், ஆடைகளின்றி, சாலை சந்தியை அடைந்து, மந்திர உச்சாடனத்துடன் பிண்டபலி அளித்து, பின் வாய் பேசாது, திரும்பி பார்க்காமல் வந்துவிட வேண்டும். இதனை அவர் அந்த துர்தேவதை அவன் முன் தோன்றி நான் உனது நோயினை நீக்கி விட்டேன் என்று கூறும் வரை செய்ய வெண்டும். தனது வாக்கு, மனம், காயங்களின் புனிதத்திலிருந்து பழுதுபட்டதொரு மாணவன் அதற்கான சித்தியாக, ஒரு கழுதையை சாலை சந்திப்பில் நிருதி என்னும் தருமதேவதைக்கு பலியிட்டு, அதன் தோலை எடுத்து ஆடையாக உடுத்து, தான் செய்த தவறை உலகறிய உரைக்க வேண்டும். மேலும் மற்றொரு சாலை சந்திக்குச் சென்று, அக்னியை வளர்த்து, ராட்சதர்களுக்கு ஒரு கழுதையை பலி கொடுத்து, மீண்டும் நிருதிக்கு பிண்ட பலியிட வேண்டும் என வேதங் கள் உரைக்கின்றன.

சந்திகளில் உள்ள தெய்வங்களுக்கு காளைகளை பலியாகக் கொடுத்து அதன் தோலை போர்த்திக் கொண்டு அமர்ந்து, தங்கள் எதிர்காலம் பற்றி, காணாமல் போன தங்களின் கால்நடைகளைப் பற்றி அறிய சில சடங் குகள் செய்யப்பட்டன. இச்சடங்குகள் பெரும்பாலும் கால்நடை மேய்ப் பர்களால் செய்யப்பட்டிருக்க வேண்டும். அவர்களே பெருவழிகளில் மேய்ச்சல் நிலம் தேடி கால்நடைகளுடன் செல்வர்.

இதனை விளக்கமாக கோசாம்பி பின்வருமாறு கூறுகிறார். 'அவ்வாறு இடம் பெயரும் சமூகத்தினர் பிற்காலத்தில் பள்ளதாக்கு களில் நிலைபெற்று விவசாயம் செய்தபோது நவராத்திரிக்குப் பிறகு, ஆண்டுதோறும் 'எல்லை தாண்டுதல்' என்னும் விழாவினை நடத்தினர். இது பழைய வழக்கத்தின் தொடர்ச்சியாகும். மகாராஷ்டிராவில் உள்ள காம்வசாய் என்னும் பழங்குடியினர் எல்லா தெய்வங்களையும், ஆவிகளையும், பூதங்களையும் அந்த குறிப்பிட்டக் காலத்தில் தொழு வார்கள். இதில் முக்கிய அம்சம் என்னவென்றால், அந்த ஏழு அல்லது ஒன்பது நாட்களுக்கு யாவரும் தங்கள் இருப்பிடங்களிலிருந்து வெளியேறி கிராமத்திற்கு வெளியே வசிக்க வேண்டும். கிராமம் முழு வதும் காலியாகி விடும். பின்னர், அவர்கள் தேவையான பலியைக் கொடுத்துவிட்டு வீடு திரும்புவார்கள். இதனால் அவர்களுக்கு வலிமை, நோயின்மை, அதிக விளைச்சல் ஆகியவை கைகூடும் என்பது நம்பிக்கை. திரும்பி வருவது என்பது மீண்டும் குடியேறுவது போன்றது. விவசாயம் செய்யப்படுவதற்கு முந்தைய கால மக்களின் நிரந்தர இருப்பிடம் இந்தப் பழைய மரபான பாதைகள் கூடுமிடங்கள்தாம்'.

மேற்கண்ட கூற்றிலிருந்து பழைய மரபான பாதைகள் கூடுமிடங்களில் (சந்தி) தான் வளமை வேண்டியும், பாவம் போக்க வேண்டியும் சடங்குகள் நடத்தப்பெற்றன என்பது அறியக்கிடக்கின்றது.

ஜப்பானில் Sahi-no-kami என்ற இலிங்க வடிவ தெய்வம் காவல் தெய்வமாக பாதசாரிகளுக்கு வழிகாட்டியாக. உற்ற துணையாக சாலை சந்திகளில், தெருக்களின் முனைகளில் வணங்கப்பட்டது. இத்தெய்வத்தினை பயணத்திற்கு முன்னர் வணங்கி, பலியிட்டு, நன்மையாக பயணங்கள் முடிய வேண்டிக் கொள்வர். இதனை வணங்காது சென்றால் விபத்து நேரிடும் என்ற நம்பிக்கையிருந்தது. மேலும் Dosojin என்ற சாலைகளின் முன்னோடித் தெய்வம் சாலைகளின் கூடுமிடங்களான சந்திகளில் பெரிய இலிங்க வடிவில் வணங்கப்பட்டது. இப்பழந்தெய்வத்தின் இடத்தினை தற்போது ஓடித்ணி என்னும் குழந்தைகளின் தெய்வமான புத்தமதக் கடவுள் பிடித்துள்ளார்.

சாலை கூடுதுறைகளில் மிக அதிகமான மனிதர்கள் உள்ளதால், இயற்கையில் எல்லா தீய சக்திகளும் கூடவே இருக்கும் என்பதனால் தான், சாலை கூடுதுறையில் தீயசக்திகள் உள்ளன என்ற நம்பிக்கை தோன்ற ஆதிகாரணம். காட்டுக்கு செல்லும் வழியிலும் மிக கடின பாதையிலும், பூத, பிசாச தீயசக்திகள் மறைந்திருந்து, இருட்டில் தாமதமாக வரும் பயணிகளை மேலே விழுந்து தாக்கும் என்றும் தீய சக்திகள் தங்கள் மேலும் பரவிடும் என்றும் ஆண்கள் எப்போதும் பயங்கொண்டிருந்தனர். குறுக்குச் சாலைகளில் மறைந்திருந்து இவ்வாறு தாக்கும் என்பதால், வழிப்போக்கர்கள் எந்தத் திசையில் செல்வது உசிதமானது என்பதே தெரியாமல் இருந்தது. எல்லைப்புறத்தில் தான் பாதைகள், சாலைகள் இருக்க அங்கே மேடைகள் மீது எல்லைப்புற தெய்வச்சிலைகள் நிறுத்தி வைக்கப்பட்டிருப்பதும் இன்னொரு காரணமாக கொள்ள வேண்டும். இந்த எல்லைப்புறங்கள் பொதுவானவை என்பதால் பழங்குடிகளின் இடங்கள், விளைநிலங்கள், இங்குள்ள தீயசக்திகளை எல்லைக்கு ஓட்டி விடுவதென்பது பொதுவான நம்பிக்கையாகும். எல்லைபுறம் என்பதும் பாதை மற்றும் சாலையால் தான் குறிக்கப்படுகிறது. இவ்விடத்தைத் தான் கணங்களின் தலைவனாகக் கருதப்படும் கணபதி பிடித்துக் கொண்டார். சாலை சந்திப்புகளில் அதாவது முச்சந்தி மற்றும் நாற்சந்திகளில், தெருக்களின் வளைவுகளில் நேர் எதிரெதிராக வாயில்களில் கணபதி வைக்கப்பட்டு வழிபடப்படுவது தென்னிந்தியாவில் குறிப்பாக தமிழகத்தில் கண்கூடு. பழங்குடிகளின் தலைவனான கணபதி முதலில் மங்கல குணங்களைக் கொண்டிருக்கவில்லை என்பதை தேவிபிரசாத் பதிவிடுகிறார். பண்டைய காலத்தில் அவருடைய செயல்பாடுகள் யாவும் எதிரான விளைவுகளை ஏற்படுத்துவதாகவே கூறப்பட்டது. ஏனெனில் அவர் சந்தியில் வைக்கப்பட்ட பூதம் ஆவார். பின்பு புராணகாலத்தில் அந்த

யானைமுக தெய்வத்திற்கு மங்கலகுணங்கள் ஏற்றப்பட்டு வழிபாட்டின் முதற்கடவுளாக கருதப்படவேண்டும் என வலியுறுத்தப்பட்டது. பண்டையத் தமிழகத்தில் வணிகர்களின் கூடுமிடங்களில் இத்தெய்வம் வழிபடப்பட்டது. பல வணிகக் குழுக்களுக்கு கணபதி முதன்மைக் கடவுளாக விளங்கினார்.. தற்போது கூடுதுறைகளில், சாலை சந்திகளில், தெருக்களின் சந்திப்பு முனைகளில் கணபதி வழிபடப் பெறுகின்றார். கணபதி ஓர் அணங்கு. தீண்டுவோரை வருத்தும் தெய்வம். அவரால் பீடிக்கப்படும் ஒருவன் துன்ப நிலையை அடைவான். அவனுக்கு கல்வி மறந்து போகும். மந்தபுத்தி உள்ளவனாய் இருப்பான். இவ்வாறெல்லாம் தேவிபிரசாத் சட்டோபோத்தியாயா பட்டியலிடுகிறார். இத்தகு தீமையைத் தரக்கூடிய (வினைகளைத் தரக்கூடிய) வினைக்குத் தலைவன் இன்று சந்தி வழிபாட்டில் முக்கண்களை உடைய தேங்காய்களை பலியாக பெற்றுக் கொண்டிருக்கிறார். இவ்வழிபாடும் சந்தி வழிபாட்டின் எச்சமேயாகும்.

பெருவழிகளில் பெருங்கற் பண்பாட்டுக் கூறுகளான ஈமச்சின்னங்கள் காணக்கிடைப்பதும் இங்கு நோக்கத்தக்கது. பெருவழிகளில் நடுகற்கள் நடப்பட்டதாக சங்க இலக்கியங்கள் கூறுகின்றன. 'அதியமான் பெருவழி' எனப்படும் தகடூரிலிருந்து (தருமபுரி) செங்கம், உறையூர், கொடும்பாளூர், மதுரை வழியாக அழகன்குளம் வரை செல்லும் பெருவழியில் செங்கம், தருமபுரிப்பகுதிகளில் பல்லவர் கால நடுகற்கள் காணக்கிடைக்கின்றன. இவ்வழக்கை பண்டைய மரபின் தொடர்ச்சி எனக்கொண்டால் இலக்கியக் கூற்று மெய்ப்பிக்கப்படுகின்றது. நெல்லுகுத்து பரவும் கடவுளரான வீரர்களுக்கு நடப்பட்ட சங்ககால நடுகற்கள் தேனி மாவட்டம், ஆண்டிப்பட்டியில் புலிமான்கோம்பையில் கிடைத்துள்ளது. இவ்வழி மதுரையிலிருந்து வைகைக் கரையோரமாக சேரநாட்டிற்குச் செல்லும் பெருவழிப்பாதையில் அமைந்துள்ளது குறிப்பிடத்தக்கது.

மறவர்கள் நடுகல்லில் அம்பு தீட்டுவதால் அழிந்து போன எழுத்துக்கள் என்று கூறுவதும், உமணர் வண்டிகள் பெருவழியில் செல்லும்போது நடுகல் மீது சக்கரம்பட்டுத் தேய்ந்து போன எழுத்துக்கள் என்று கூறுவதும் குறிப்பிடத்தக்கவை. நடுகற்கள் பெருவழியில் நடப்பட்டிருப்பது குறிப்பிடத்தக்கது. அதிலும், கவர்த்த (சந்திப்பு) வழிகளில் நடப்பட்டுள்ள நடுகற்கள் பற்றி இலக்கியங்கள் விவரிக்கின்றன. இது சந்தி வழிபாட்டின் எச்சமாகும். மேலும் இவ்வழிபாடு பெருவழிகளில் நடப்பதற்குக் காரணம் உண்டு. கால்நடைகள், வணிகர்கள் பெருவழியில் பயணம் செய்தனர். பெருவழி வணிகர்கள் மாண்டவர்களுக்கு வழிபாடு செய்யவும் வழியில் நடுகல் நட்டனர். வணிகர்களும் மாடுபிடிச் சண்டையில் மாண்டுள்ளனர் என்பதும் இங்கு கருதத்தக்கது. சாத்தின் (வணிகக் கூட்டத்தின்) தலைவனாகிய சாத்தன் அல்லது அய்யனாரின் வழிபாடு இப்பாதை சந்திப்புகளிலேயே பெரும்பாலும் நடக்கின்றன. அவை பெரும்பாலும் ஊரின் வெளியே செல்லும் சாலையோரத்தில் அமைந்திருக்கும்.

வளமையை மேம்படுத்துதலுக்காக, மக்களிடையே, வருடத்துக்கு ஒருமுறை கடவுளர்களை ஊர்வலமாக அனைத்து இடங்களுக்கும் எடுத்துச் செல்லும் வழக்கம் உண்டு. அந்த தெய்வங்களின் ஒன்றின் தலைமையில் ஊர்வலம் நடத்தப்பட்டது. ஊர்வலத்தில், சந்தேகமின்றி எல்லை வரை இத்தெய்வங்கள் சுற்றி வந்தன. அதனால் அந்த தெய்வதன்மை, எல்லைவரை சென்றடைந்து, அங்கே சாலைகள், கூட்டு சாலைகளை அந்த தெய்வத்தன்மையை நிறைத்தன. இந்த நம்பிக்கை ஆழமாக வேரூன்றிய காலத்திலிருந்து இன்று வரை ஆண்டு விழாக்களில் கோயில்களில் இறை ஊர்வலம் அக்கோயிலின் மூலவர் தெய்வத்தின் தலைமையில் அவ்வூரை அல்லது அப்பகுதியை சுற்றி வந்து மீண்டும் கோயிலை அடைவது வழக்கமாக உள்ளது. இதனால் அவ்விடங்கள் யாவும் புனிதம் பெறும் என்று நம்பப்படுகிறது.

சந்திகளில் சமயம்

பெருவழியில் மாண்டவர்களை அந்த சாலைகள் கூடும் சந்திகளில் புதைத்தனர். இறந்தோர் ஆவி தங்களுக்கு பாதுகாப்பையும், வழிகளில் ஏற்படும் தடைகளையும் நீக்கும் என்றும் நம்பினர். மேலும் அவ்விடங்களில் ஆண்டிற்கு இரண்டு அல்லது மூன்று முறை பலி கொடுக்கவும் செய்தனர். இப்பலிகளைத் தடுக்கவே, கொல்லாமையை மக்களுக்கு போதிக்க பௌத்தர்கள் இவ்விடங்களில் தங்கள் மடாலயங்களை அமைத்துத் தங்கினர். மகாராஷ்டிராவில் இத்தகைய பௌத்த மடாலயங்களின் இடிபாடுகள் பெருவழிகளின் சந்திப்பில் கிடைப்பதை கோசாம்பி உறுதிபடுத்துகிறார். இந்த சந்தி வழிபாட்டு மரபினை பின்பற்றிய மக்களின் வசிப்பிடங்களும், பௌத்தர்கள் மற்றும் சமண முனிவர்களின் தங்குமிடங்களான குகைகளும் வணிகர்களின் வர்த்தகப் பாதையிலேயே அமைந்திருந்தன. தொல்லியல் ஆய்வில் மிக முக்கியமான சான்றுகளாக விளங்கும் தமிழ்ப்பிராமி எழுத்துப் பொறிப்புகளைக் கொண்ட சமணர் படுக்கைகள் பெருவழிகளிலேயே அமைந்துள்ளன என்பதுவும் குறிப்பிடத்தக்கது. பண்டையதரைவழிவணிகர்கள்பண்டுபெரும்பாலும் சமணசமயத்தைப் பின்பற்றியுள்ளனர். சமணமுனிவர்களும் தரைவழி வணிகர்களை நெறிப்படுத்தியுள்ளனர். அதன் நன்றி நிமித்தமாக வணிகர்கள் தாங்கள் வணிகத்திற்காக செல்லும் நகரங்களில் அமைந்த மலைப் பகுதி குகைத்தளங்களில் சமண முனிவர்களுக்கு படுக்கைகளை வெட்டிக் கொடுத்து, அச்செய்திகளை கல்வெட்டுச் சான்றுகளாக்கியுள்ளனர். சிலப்பதிகாரத்தில் காவிரிக்கரையோரமே ஒரு பெருவழி சென்று, உறையூரை அடைந்து, சோழநாட்டு எல்லையில் மூன்று பிரிவாகப் பிரிந்து, கொடும்பாளூர் வழியாக மதுரையை அடைந்த செய்திக் கூறப்படுகின்றது. இந்த மூன்றுபிரிவில் ஒருவழி மாங்குளம், அரிட்டாபட்டி, கீழவளவு முதலிய சமணக்குகைத்தளங்களை கொண்டதாக அமைந்துள்ளது. மாங்குளம் சமணக்குகை கல்வெட்டில் பாண்டியமன்னன் நெடுஞ்செழியன் குறிப்பி

பிடப்பட்டுள்ளான். கொங்குப்பெருவழியில் அமைந்த ஆழியாறு அணைக்கருகில் ஒரு சமணக்குகைத்தளம் உள்ளது. மேலும் பெருவழி வணிக நகரமான கரூரின் ஆர்நாட்டார் மலை சமணக்கல்வெட்டு மூன்று சேர அரசர்களைக் குறிப்பிடுகின்றது. பயணம் மேற்கொள்ளுமுன் வணிகர்கள் சில தெய்வங்களுக்கு மிருகபலி கொடுப்பார்கள். வணிகம் வெற்றிகரமாக முடிந்தால் மேலும் பலி கொடுப்பதாகவும் வேண்டிக் கொள்வார்கள். இத்தெய்வங்கள் பெரும்பாலும் மரத்தில் உறைபவனவாகும். வேம்பின் பராரை தெய்வத்திற்கு பசுவின் கொழுப்பெறிந்து வழிபட்டதை சங்க இலக்கியம் உறுதிபடுத்துகின்றது. மேலும் நாற்சந்திகளில் இயக்கர்கள் உறைவதாக கொண்ட நம்பிக்கையில் அவர்களுக்கும் பலிகள் கொடுக்கப்பட்டன. இத்தகைய உயிர்ப்பலிகளை தடுக்கவே இதுபோன்ற சாலைகள் கூடுமிடங்களை புத்தபிட்சுக்களும், சமண முனிவர்களும் தேர்ந்தெடுத்தனர். இந்த நாற்சந்திகள் குறிப்பாக பெருவழிகளின் சந்திகள் வட இந்தியாவில் பௌத்த மடாலயங்களின் இருப்பிடமாக மாறின. தமிழகத்தில் அவை சமணக்குகைத் தளங்களாக பரிணமித்தன. இத்தகு பௌத்த, சமண முனிவர்கள் இரவில் ஒரு மரத்தடியிலோ, குகையிலோ, குன்றின் மேலோ அல்லது இடுகாட்டிற்கருகிலோ தான் தங்க வேண்டும் என்ற நியதிகள் இருந்தன. ஏனெனில் இந்த இடங்களில் தான் பழங்குடி மக்க ளால் நடத்தப்பட்ட அந்த பலிச் சடங்குகள் நடைபெற்றன.

சந்திகளில் பலிகளை பெற்றுக் கொண்டிருந்த இயக்க, இயக்கியர்கள் பௌத்த, சமண சமயங்களில் அம்முனிவர்களை வணங்கும் தெய்வங் களாக மாற்றப்பட்டனர். அம்பிகா, பத்மாவதி போன்ற இயக்கியரின் பண்பு நலன்கள் தீர்த்தங்கரர்களால் மாற்றியமைக்கப்பட்டன. அணங் குகள் அமைதி பெற்ற வடிவாயினர். பேய்மகளிர் பெருந்தவம் இயற்ற முனைந்தனர். நீலியும் காரைக்காற் அம்மையும் இதற்கு சான்றாக அமைந்தனர்.

இவ்வாறாக சந்தி வழிபாடு மாற்று வடிவத்தையடைந்தது. எனினும் அதன் எச்சங்களை கணபதி, அய்யனார், காளி ஆகிய தெய்வங்களின் வழிபாட்டில் காணமுடிகின்றது. பழங்கால இந்தியாவில் இந்த சந்திப்புச் சாலைகளில் நடைபெறும் இந்த பலி முதலான சடங்குகள் புனிதமற்றவை என தள்ளப்படவோ, தடை செய்யப்படவோ இல்லை. மானுட சமூகத்தின் வரலாற்றில் முதலில் பூத, ப்ரேத, பிசாசுகளின் தீயசக் திகளைக் கண்டு அஞ்சுதலால் கடவுள் வழிபாட்டு முறை தோன்றியதா அல்லது கடவுளர் வழிபாட்டு முறைக்குப் பின் அத்தகைய தீசக்திகளைப் பற்றிய எண்ணங்கள் விரவியனவா என்பது ஆராயப்படக்கூடிய ஒன்று. எனினும் இவ்விரு சக்திகளும் சமகாலத்தில் வணங்கப்பட்டதற்கான சான்றாக சந்தி வழிபாட்டினை நாம் கருத வாய்ப்புண்டு. சாலை சந்திப்

புகளில் நடந்த புனிதமான தெய்வ வழிபாட்டு முறைகள் பின்னர் பூத, பிரேத, பிசாசுகளை கண்டு பயந்து அந்த தெய்வங்களே இந்த தீய சக்திகளின் குணங்களைக் கொண்டதாகவும், தன்னை விட்டு அவை விலகி இருக்குமாறு செய்வதற்காகவும், செய்யப்படும் சடங்குகளாக அவற்றுடன் கலந்துவிட்டன. இவ்வாறு சந்திகளில் தீயசக்திகளை அல்லது தெய்வங்களை வணங்குவது என்பது, ஏற்கெனவே பல பழங் குடியினரிடையே, அவர்கள் கானகத்தின் கடினப் பாதையில் செல்கை யில், அதன் பல சிக்கலான பயணத்தின் போது அவர்களால் கடைபிடிக் கப்பட்ட வழிபாட்டு முறையேயாகும்.

துணை நின்ற நூல்கள்

1. டி.டி.கோசாம்பி, மாயையும் எதார்த்தமும்
2. தேவிபிரசாத் சட்டோபாத்தியாயா, உலகாயதம், நியூசெஞ்சுரி புக் ஹவுஸ்
3. கோ.சசிகலா, சங்ககால பெருவழிகள், ஆய்வுக் கட்டுரை சமூக விஞ்ஞானம் காலாண்டிதழ்
4. Hastings - James, Encyclopedia of Religion and Ethics

இயக்கியின் கோட்டுருவம்

படிமங்களில் வெளிப்படும் தொன்மங்களும், தாய் தெய்வ வளமை நம்பிக்கைகளும்

தமிழகச் சிற்பங்களில் உள்ளூர் தன்மைகளும், பண்புகளும், சடங்குகளும் உள்ளுறைந்து நிற்கின்றன. தமிழகத்தில் பண்டைக்கால அரசு உருவாக்கத்திற்குப் பின்பே, இந்நிலைமாற்றுதல் தொடங்கி விட்டது. பண்டைக்காலத்தின் தமிழக அரசுருவாக்கத்தில் மேட்டிமைப் பண்புக்காக வேதவேள்விகள் கைகொள்ளப்பட்டன போன்றே கள வேள்விகள் முதலான பெயரிலான சடங்குகளும் கைகொள்ளப் பட்டன. 'திருவுடை மன்னனைக் காண்கின் திருமாலைக் காண்பேனே' என்ற இடைக்கால மனநிலையில் அரசர்கள் இறைவனுக்கு நிகராக கருதப் பெற்றனர். கோயில்களின் வளர்ச்சிப் போக்கிலும், அதனொடு இணைந்த கலை வரலாற்றிலும் பல்லவ, பாண்டிய, சோழப் பேரரசுகள் முக்கிய பங்கெடுத்தன. இக்காலத்தில் மக்களின் வாழ்வியலில் இரண்டற கலந் திருக்கின்ற விழவுச் சடங்குகளும், பண்பாட்டு நிகழ்வுகளும் பக்தி காலத்திற்குப் பின் இறைவனுக்கானவையாக மாற்றப்பட்டன. இதற்கு ஓர் எடுத்துக்காட்டு, பங்குனி முயக்கம் என்ற சங்க காலச் சடங்கு பக்தி காலத்தில் பங்குனி உத்திரத் திருநாளில் இறைத்திருமணச் சடங்காக மாற்றம் பெற்றுள்ளது ஆகும்.

இவ்வாறு மக்களின் வளமை பண்பாட்டுச் சடங்குகள் கோயில் சடங்குகளுக்குள் புகுந்தது போலவே, சிற்ப வடிவங்களிலும் வெளிப் பட்டுள்ளது. வழக்காற்றியலில் ஏறக்குறைய அழிந்துவிட்ட சடங்குகளின் எச்சத்திரிபுகளை கோயில்களிலும், பொது இடங்களிலும் சிற்பங்களாக காணமுடிகின்றது. இதனாலேயே இச்சிற்பங்களை பல்துறை இணைந்து முறையியல் நோக்கில் ஆய்வுக்கு உட்படுத்த வேண்டியது அவசியம் ஆகின்றது. இந்த ஆய்வுப் பரப்பு மிகப் பரந்து விரிந்தது. ஆகவே, இக்கட்டுரை நாயக்கர் காலச் சிற்பங்கள் சிலவற்றில் வெகுமக்கள் வளமை நம்பிக்கைகளும் தொன்மங்களும் இணைவுபெற்றுள்ள விதத்தை ஆராய முயலுகின்றது.

நாயக்கர் காலச் சமூக உருவாக்கமும் வளமைக் கலைப்பாணியும்

விசயநகரநாயக்கர் கால சமூக உருவாக்கத்தில் பாளையப்பட்டு என்ற ஆட்சிமுறை உருவாக்கம் மிக முக்கியமானது ஆகும். இம்முறை மக்கள் குழாத்தில் இன்றைய கர்நாடக, ஆந்திரப் பகுதியிலிருந்து அலுவல் காரணமாக இடம்பெயந்து வந்த மேற்குடிகளையும், அவர்களுடன் பிணைந்த சேவைக்குடிகளையும் கொண்டுவந்து சேர்ந்தது. அத்துடன் தமிழகப் பரப்பில் அதுவரை காலமும் அரசாட்சி முறைக்குள் கொண்டு வரப்படாத பழங்குடிகளும் பொதுச்சமூக நீரோட்டத்தில் இணைக்கப் பட்டனர். இந்தக் காரணத்தினால் அக்காலச் சமூக மேட்டிமைக் குழாத்தில் வெளியிலிருந்து வந்த ஒரு பகுதியினரும் உள்ளூரிலிருந்து மேலெழும்பிய ஒரு பகுதியினரும் இணைந்தனர். இவ்விரு பகுதி யினரின் இணைவு கலை உருவாக்கச் செயல்பாடுகளில் புதிய மாற்றங் களை விளைவித்தது.

குறிப்பாக, நாயக்கர் ஆட்சியையும் புதிததாக அமைவாக்கம்பெற்ற சமூகக் கட்டமைவையும் வலுப்படுத்தும் நோக்கில் சமூக அசைவியக் கத்தில் புதியதாக மேற்கிளம்பியோரின் பண்புகள், பழக்கவழக்கங்கள், சடங்குகள் ஆகியவற்றினை உள்ளிணைத்துக் கொள்ளப்பட்டன. இதனால் புதிய கலை இலக்கிய வடிவங்கள் மேற்கிளம்பின. விசயநகர நாயக்கர்களின் காலத்தை சிற்றிலக்கிய காலமென்பர். இக்காலத்தில் மேற் கிளம்பிய இலக்கிய வடிவங்களில் பள்ளு, உலா, காதல், மடல், தூது, உலா போன்றவை மிக முக்கியமானவை. இக்கால இலக்கிய ஆக்கங்கள் ஒரேவேளையில் சமூக அடித்தட்டுக் குழாத்தின் வடிவங்களைத் தன்வயப் படுத்திக் கொள்வனவாகவும், புதிய உயர்குழாத்தின் மிகைக் காமச் சுவை துய்ப்பை வெளிக்காட்டுவனவாகவும் அமைகின்றன (சான்று: கோ.கேசவன், கா.சிவத்தம்பி, அ.ராமசாமி ஆய்வுகள்). இதே போன்ற ஒரு போக்கு சிற்பக் கலைப்போக்கிலும் தென்படுவதைக் காணமுடி கின்றது.

கஜலெட்சுமி

யானைத் திருமகள் உருவத்தை நிலை வாயில்களிலும், கதவுகளிலும் சிற்பங்களாக வைத்தல், மேலும் கஜலெட்சுமிக்கு தனியாக கோயில்களில் சிறு சன்னதி அமைத்தல் என்பது முன்னெப்போதையும் விட விசயநகரநாயக்கர் காலத்தில் அதிக அளவில் மேற்கொள்ளப்பட்டது. யானைத் திருமகள் உருவம் கோயில்களில் தனிக்கருவறையிலும், பரிவாராலயங்களிலும், கருவறையின் தேவகோட்டங்கள், வாயில்கள், கோபுரங்களின் நுழைவாயில், மற்றும் கோபுரங்கள் ஆகிய இடங்களில் அமைந்துள்ளன.

கஜலெட்சுமியின் தொன்மம் பாற்கடல் கடைந்த பொழுதில் தோன்றியதாக கூறப்படுகிறது. நாற்கரங்களை பெற்றுள்ள இத்தேவி எட்டு இதழ்கள் பெற்ற தாமரை மலரின் மீது சிம்மாசனத்தில் அமர்ந் திருப்பாள். இவரது வலது கரங்களில் அமிர்தகுடம் (அமிர்தகலயம்) சங்கு ஆகியவைகளைப் பெற்றிருப்பார். இவரின் பின்புறம் அல்லது பக்கவாட்டில் இரண்டு யானைகள் நின்று கொண்டு தமது தும்பிக் கையில் கலசங்களைத் தாங்கி அபிடேக நீரைச் சொரிந்து கொண்டிருக் கும். இவள் தலையில் தாமரை மலர் சூடியிருப்பாள். யானைத் திரும களின் இவ்வடிவ இலக்கணங்கள் யாவும் வளமைக் குறியீடுகளாம். நீர் நிலையில் இத்தேவியை காட்டுவதே இயல்பு. வெண்மை நிறம் கொண்ட வளாக சில்பரத்தினம் குறிப்பிடும் இம்மலர் மகளை செய்யோள் என தமிழிலக்கியங்கள் குறிப்பிடுகின்றன. விஷ்ணு தர்மோத்திர புராணம், அம்சுமத் பேதாகமம், விஸ்வகர்ம சாஸ்திரம் ஆகியவற்றில் இதன் குறிப்புகள் காணப்படுகின்றன. பொன்னிற மேனியும், இரத்தினங்கள் பதிக்கப்பட்ட பொன் ஆபரணங்கள் அணிந்தபடியும், வலது கரத்தில் தாமரை மலரினையும், இடது கரத்தில் வில்வம் பழத்தினையும் பிடித் திருப்பாள். மேலும் அழகான மெலிந்த இடையினையும் கலையழகுடைய உடல்வாகினைப் பெற்று, மெலிதான ஆடை அணிந்திருப்பாள் என்று கூறுவது இங்கு குறிப்பிடத்தக்கது. பழையோளாகிய தவ்வையின் உடல் இலக்கணத்திற்கு மாறான அழகியல் நிலையில் இந்நீர்த் தெய்வம் படைக் கப்படுகிறாள்.

நாராயணன் என்ற நீர்த் தெய்வத்தின் மார்பில் உறைபவளாகக் காட்டப்படும் இத்தேவியின் முன்னோடி வடிவம் பெருங்கற்காலத்தில் ஈமச்சின்னங்களில் அமைக்கப்பட்ட 'அதிதி' எனப்படும் விசிறிக்கல் வடிவ மாகும். செம்பினால் ஆன ஸ்ரீவத்ஸம் எனப்படும் வடிவமே வட இந்தியாவில் பெருங்கல் ஈமச்சின்னங்களில் கிடைக்கின்றன. ஸ்ரீவத்ஸம் என்பது வாமச்சாரத்தில் பெண்ணின் யோனி வழிபாட்டைக் குறிப்பிடும் முக்கோண வடிவாகும். இந்த முக்கோண வடிவம் சமணத் தீர்த்தங் கரர்களின் மார்பிலும் காட்டப்பட்டுள்ளது என்பதுவும் உற்றுநோக் கத்தக்கது. இவ்வழிபாடு பழமையானது என்பதுவும் தொல்குடி களிலிருந்து வந்ததொரு சடங்கென்றும் அறிய ஏதுவாகிறது. பல்லவர்கள் காலங்களிலிருந்து தமிழகத்தில் சிற்ப வடிவம் பெற்று, தொடர்ந்து வழிபாட்டிலிருந்து வருகின்றன. மாமல்லபுரத்தில் வராகக் குகையில் அமைந்துள்ள இச்சிற்பம் காலத்தால் பழைமையானது. சேட்டை தேவியின் பதிலீடாக யானைத்திருமகளின் வழிபாட்டை தமிழகத்தில் வைணவம் ஏற்றது. ஜேஷ்டா எனப்படும் அப்பழையோள் நீர்வளத்திற்கும், வேளாண்மைக்கும் உரிய கடவுளாவாள். தென்னிந்தியா வின் பண்பாட்டுக் கூறுகளில் ஒன்றாக செய்யோளின் வடிவம் தவ்வை யின் இடத்தைப் பிடித்தது மேலதிக ஆய்வுக்குரியது.

உச்சிஷ்ட கணபதி

கணபதி திருவுருவங்களில் ஆகமங்கள் கூறும் 32 வடிவங்களில் உச்சிஷ்ட கணபதி தாந்தீரிக வழிபாட்டினைக் குறிப்பதாகும். இச்சிற்ப அமைப்பில் யானைமுகமுடையவர் தன் இடத்தொடையின் மீது அமர்த்தி வைத்துள்ள தேவியின் யோனியில் (குஹ்யம்) தனது தும்பிக் கையை வைத்திருப்பார். மேலும் அவரின் இடது கை அவளின் இடையை வளைத்திருக்கும். 'உச்சிஷ்ட' என்றால் எச்சில், தீட்டு என்ற பொருள்படக்கூடிய வகையில் கையாளப்படுகிறது. பெண் வழிபாட்டில் யோனி பூசையை இத்தகைய பெயரில் அழைக்கிறார்கள். தமிழகத்தில் திருநெல்வேலி மணிமூர்த்தீஸ்வரம், புள்ளமங்கை பசுபதி கோயில், திருவாரூர் கோயிலில் கருவறைக்கு முன்பாக உள்ள உச்சிஷ்ட கணபதி, மதுரைக் கோயில் கிழக்குக் கோபுரம் ஆகிய தலங்களில் உச்சிஷ்ட கணபதி சிற்ப வடிவில் காட்டப்பட்டுள்ளார்.

பண்டைய நாளில் கணபதி ஒரு தொல்குடித் தலைவன் ஆவார். அவர் யானைக்கூட்டத்திற்கு அதாவது அக்கணத்திற்கு பதியாக இருந்தவர். பின்பு பழங்குடிகள் அரசுருவாக்கத்தில் இணைக்கப்பட்டப் பொழுது கணபதி வினைகளை கொடுக்கக்கூடிய கடவுளாக சித்தரிக்கப்பட்டு கடைநிலைக் கடவுளாக காட்டப்படுவதாக தேவிபிரசாத் கூறுகிறார். பின்பு அவரின் பிறப்பு உமையின் மூலம் உண்டாக்கப்பட்டு, சிவனால் தலை துண்டிக்கப்பட்டு, யானைத் தலை வழங்கப்பட்டு, சைவ சமயத்தின் முதன்மைக் கடவுளருள் ஒருவராக்கப்பட்டார். உண்மையில் கணபதி உருவம் வேட்டுவ கடவுள் நிலையிலிருந்து வேளாண்மை கடவுள் நிலைக்கு மாற்றப்பட்டமையை அவரது கைகளில் உள்ள ஆயுதங்கள் நமக்குத் தெரிவிக்கின்றன. குலத்தின் குறியீடானது வேட்டைச் சமூகத் தில் அக்குழுவுக்கு வேட்டையில் கிடைக்கும் உயிரினத்தைப் பொறுத் ததே. யானையை குலச்சின்னமாகக் கொண்ட யானைக் குலத் தலைவன் கஜபதி யானை வேட்டைக்குரிய ஆயுதங்களான அங்குசம், பாசம் ஆகிய வற்றை மேற்கைகளில் பெற்றுள்ளார். மேலும் அவரது கீழ்க் கைகளில் குறிப்பாக இடது முன்கையில் கரும்பு, மாதுளை, மாங்கனி, கொழுக் கட்டை, கும்பம் ஆகியன இடம் பெறுகின்றன. இவையாவும் கணபதிக் கடவுள் வேளாண் கடவுளாக பரிணமித்தமையை எடுத்துக்காட்டுகிறது. மேலும் அவர் கைகளில் உள்ள அப்பொருட்கள் இனப்பெருக்க வளமைக் குறியீடுகளாகும். கரும்பு எப்பொழுதும் காமத்தின் பாற்பட்டது. காமம் இனப்பெருக்கத்திற்கான வழி. கும்பம் தாயின் வயிறு. இரத்தநிற மாதுளையும் அதன் முத்துக்களும் அவ்வாறே தாயின் வயிற்றையும் அதன் கருமுட்டைகளையும் குறிப்பது. மாங்கனி மற்றும் கொழுக்கட்டை ஓர் உருவை உள்ளே கொண்டுள்ளமையின் குறியீடுகளே. முன்வலது கையில் உள்ள ஒடித்த கொம்பு கணபதி பெருங்கடவுளானமையின் நிலைப்பாடு. அதனை நாம் இங்கு தவிர்ப்போம். இந்நிலையில்

உச்சிஷ்ட கணபதி தனது ஐந்தாவது கரத்தை பெண்ணின் யோனியில் கொண்டிருப்பது முழுமையான தாந்திரீகத்தின் வெளிப்பாடு.

யாளிகளும் குதிரைகளும்

விசயநகர நாயக்கர் கால சிற்பங்களில் விலங்குகளின் உருவங்களும் செடிகொடிகளும் கணிசமான அளவில் காணப்படுகின்றமை ஒரு சிறப் பம்சம் ஆகும். இச்சிற்பங்கள் பெரும்பாலும் புடைப்புச்சிற்பங்களாக தூண்களில் வடிக்கப்பட்டுள்ளன. யாளி வீரன், குதிரை வீரன், பன்றி வேட்டை பெருமளவுக்கு வடிக்கப்பட்டுள்ளன.

ஆனை யானை என்றவாறே ஆளி யாளி என்றாயிற்று எனக் கொள்ள லாம். ''ஆளிமான் வேட்டைக்கு எழுங்காலை உழுவை தொலைச்சிய (புலி தொலைத்த) களிற்றை இழுக்கும்'' என அதன் இயைபு பற்றி நற்றிணை 205ஆம் பாடல் தெரிவிக்கிறது. அகநானூற்றின் 252ஆம் பாடலும் புலியுடனும், யானையுடனும் ஆளி கொண்ட வெற்றியைக் குறிப்பிடுகிறது. மிகுந்த வலிமையுடைய விலங்கு ஆளி என்பதை மேற்கண்ட பாடல்கள் உணர்த்துவதைப் போன்றே, சிற்பங்களில் வடிக்கப்பட்டுள்ளன. யானையை யாளி தன் காலடியில் கொண்டுள்ள தன்மை அதன் வலிமையை உணர்த்தி நிற்கிறது. கோயில்களின் தேவ கோட்டங்களின் மேலே காட்டப்படும் அலங்கார வளைவான மகர தோரணம் யாளியின் முன் நிலையாகும். இதில் கொடிக்கருக்குகள் முதல் உயிரினங்கள் பலவும் அதன் வாயிலிருந்து வெளிவருவதாகக் காட்டப்படும்.

வளமைக்கான இந்த கலையமைப்பு கோயில்களின் முதல் படி நிலையான குடைவரைகளிலேயே காட்டப்பட்டுள்ளன. பின்பு பல்லவர் களின் ஒற்றைக் கற்றளி தொடங்கி நாயக்கர்களை வரை யாளி ஒரு தொடர்ச்சியான கலை வடிவப் பரிமாணங்களைப் பெற்றுள்ளது. யாளி வரிசை என்றொரு கட்டடக் கலைப் பரிமாணத்தை உணர்த்தி நிற்கிறது. யாளி வீரன் என்றொரு சிற்ப வடிவம் காஞ்சி கைலாசநாதர் கோயில் மற்றும் தஞ்சைப் பெருங்கோயில் உள்ளிட்ட பல கோயில்களில் வீரத்தின் மிகுத்தன்மையை காட்டும் குறியீடாக விளங்குகிறது. பின் வளர்ந்த நிலையில் இந்நிலை விசயநகர நாயக்கர் கால கலை வடிவங்களில் யாளி வீரர்களும், குதிரை வீரர்களுமாய் மண்டபங்களில் முழுமையான உருவங்களாகக் காட்டப்பட்டன. குதிரை ஆண் வளமைக் குறியீடாக வேதக் காலத்திலே கொள்ளப்பட்டது என்பதை அசுவமேத வேள்வி உணர்த்துகின்றது.

நாகம்

நாகம் என்பதற்கு நல்ல பாம்பு, ஆகாயம், யானை, நாகலோகம், மலை, குரங்கு, புன்னை, நாவல் மரம் ஆகிய அருஞ்சொற்பொருளை பழந்தமிழ் அகராதிகள் குறிப்பிடுகின்றன. தமிழகத்தில் நாக வழிபாடு பண்டைய நாளிலிருந்து நிலவி வருகின்றன. சூரியன், மழை, இடி, மின்னல், ஆறு, மலை முதலான இயற்கைக் கூறுகளும் யானை, சிங்கம், காட்டெருமை, பாம்பு முதலான உயிரினங்களும் தொன்மைக் கால மனிதர்கள் கட்டுப்படுத்த இயலாத சக்திகளாகக் கருதினர்; இவற்றைக் கட்டுப்படுத்துவதற்கு சடங்குகளை உருவாக்கினர். இச்சடங்குகள் வளமை நம்பிக்கைகளுடன் இணைந்து வளர்ந்து, சமயங்களிலும் இடம்பெற்றுள்ளன.

சைவத்தில் இறைவன் குடிகொள்ளும் இடங்களில் ஒன்று பாம்புப் புற்றாகும். அவை 'ஜீவப்புற்று இலிங்கங்கள்' எனப்படுகின்றன. தல புராணங்கள் இப்புற்றுகளை சுயம்பு இலிங்கங்களாகக் குறிப்பிடுகின்றன. இவ்விறைவன் 'புற்றிடங்கொண்டார்' என்ற பெயரில் வழிபடப்படு கின்றார். திருவாரூர், திருவையாறு, திருவொற்றியூர், திருவான்மியூர் (வன்மிகம் என்றால் புற்று. புற்றுக்குள்ளிருந்து இராமநாமத்தை செபித்த முனிவர் வால்மீகி அப்புற்றின் பெயரையேப் பெற்றுள்ளமை இங்கு குறிப்பிடத்தக்கது) போன்ற தேவாரத் தலங்களில் இறைவனின் பெயர் புற்றிடங்கொண்டார். இங்குப் புற்றே இறைவன். நீராட்டின்றி ஆண்டிற் கொரு முறை புனுகுச் சட்டம் சார்த்தப்பெறும். சமயக்குரவர்கள் இத்தலங்களை பாடுங்காலம் முன்பிருந்தே இவ்விடங்களில் பாம்புப் புற்றுகள் வழிபாட்டில் இருந்தன. குறிப்பாக திருவாரூர் கருவறையில் உள்ள புற்றிடங்கொண்டார் தொல்பழங்காலத் தோன்றல் என்பதை அப்பர் 'உலகம் தோன்றிய நாளுக்கு முன் தோன்றிய திருவாரூர்' என்று குறிப்பிடுவதிலிருந்து உணரலாம். இத்தலங்கள் யாவும் அதிக எண்ணிக் கையில் பிறதலங்களை விட பாடல்கள் பெற்றுள்ளன என்பது அதன் வளமை நல்கும் பொருள் கருதியேயாகும். சைவம் இவ்விடங்களில் தழைத்தோங்கும் முன்னமே நாட்டார் வழக்காற்றில் வளமையின் பொருட்டு இப்புற்றுகள் தாய்த்தெய்வங்களாக கருதப்பட்டு வழிபடப் பட்டு வந்தன. பின்னர் சிவன் அவ்விடத்தை சிக்கெனப் பிடித்துக் கொண்டார் திருவேற்காடு, புன்னை வனம், கண்ணபுரம் ஆகிய சுற்றுத் தலங்கள் இன்றும் பெண் தெய்வ வழிபாட்டிலேயே உள்ளன.

'பாம்பு உறை மருதின் ஓங்கு சினை நீழல் பலி பெறு வியன் களம் மலிய ஏற்றி' என்ற வரிகளை நோக்க, மருதமர நிழலிலுள்ள பாம்புக்குப் பலி கொடுத்தமையைப் பெரும்பாணாற்றுப்படை (232:33) குறிப்பிடுகிறது.

பாம்புகள் கலவியில் பிணைந்திருக்கும் நிலையில் வணங்கப்படுதல் மகப் பேற்றைத் தருவதாக நம்பிக்கை நிலவுகிறது. பாம்புகளுக்கு பிற உயிரினங்களை விட அதிக எண்ணிக்கையில் இனப்பெருக்க உறுப்புகள் இருப்பதாக நம்பப்படுகிறது. எனவே அதன் இனப்பெருக்க உற்பத்தி யானது வளமையை கூட்டுவதாக உள்ளது. எனவே நாயக்கர் காலத்தில் பின்னிப்பிணைந்த நாகச்சிற்பங்கள் தூண்களிலும், தனிச்சிற்பங்களாக வும் கோயில்களில் பெருமளவுக்கு இடம் பெற்றுள்ளன.

கொடிப்பெண்

கோபுரங்கள் மற்றும் நுழைவாயில்களின் இருபுறமும் காட்டப்படும் கொடிப்பெண்கள் எனப்படும் சிற்ப அமைப்பு விசயநகரநாயக்க கலை வடிவங்களின் தனித்துவம் என்றே கூறலாம். நளினமுடன் நிற்கும் இக்கொடிப் பெண்கள் தங்கள் இடது கையில் பிடித்திருக்கும் கொடி களிலிருந்து மேலே பிரிந்து செல்லும் வட்ட வட்ட வடிவமான கிளைப் பிரிவுகளுக்குள் பறவையினங்கள், விலங்கினங்கள், தேவர்கள், கடவுளர், அவதாரங்கள், முனிவர்கள், யட்சர்கள், கந்தர்வர்கள், மக்கள் ஆகிய அனைத்து வடிவங்களும் காட்டப்பெறும். பெண்ணிலிருந்து உயிர்களின் உற்பத்திக் கோட்பாட்டை விளக்குவதாக அமையப்பெற்ற சான்றாக, சிந்து சமவெளியில் கிடைத்துள்ள முத்திரை ஒன்றில் பெண்ணின் பிறப் புறுப்பிலிருந்து செடி ஒன்று வெளிவருவதாகக் காட்டப்படுகிறது. இப்பெண் நீர்த் தெய்வமாக அடையாளப்படுத்தப்படுகிறாள். அவ்வாறே கொடிப்பெண் சிற்பங்களை கங்கை, யமுனை என்று கருதப்படுகின்றது. தென்னிந்தியாவில் கங்கை மற்றும் யமுனையின் கலை வடிவங்களை வடிப்பதன் பின்னணியைத் தவிர்த்து நோக்கினால், அவை பெண்ணாகக் கருதப்படும் நீர்த் தெய்வங்களை குறிப்பிடுவனவே என்பது மெய்ம் மையே.

மகப்பேறு சிற்பங்கள்

தூண்களில் கர்ப்பிணிப் பெண்களின் உருவம் வடிக்கப்படுதல் ஒரு மரபாய் இருந்துள்ளது. இரு பெண்கள் தாங்கி நிற்க, பெண்ணொருத்தி நின்ற நிலையில் மகவு ஈனுகின்ற மகப்பேறு காட்சி மண்ணால் செய்யப் பட்ட களஞ்சியம் ஒன்றில் புடைப்புச் சிற்பமாக காட்டப்பட்டுள்ளது. தமிழ்நாடு அரசு தொல்லியல் துறையின் தொல்பொருட்கள் சேகரிப்பில் உள்ள இக்களஞ்சியம் 500 ஆண்டுகள் காலத்தால் முந்தியது. தானிய சேமிப்புக் களஞ்சியத் தொட்டியில் இத்தகு மகவு ஈனும் காட்சியை அமைப்பது வேளாண்மைக்கும் பெண்ணின் இனப்பெருக்க சக்திக்கும் உள்ள குறியீட்டுத் தொடர்பேயாகும். மேலும் தாயின் யோனியிலிருந்து மகவு வெளிவரும் காட்சியும், அவள் பிள்ளை ஈனும் நிலையில் அரை மண்டிலத்தில் அமர்ந்துள்ள காட்சியும் தூண்களில் வடிக்கப்பட்டுள்ளன.

மதுரை மீனாட்சியம்மன் கோயில் கம்பத்தடி மண்டபத்தில் கர்ப்பிணிப் பெண் உருவம் தூணில் செதுக்கப்பட்டுள்ளது. திருவண்ணாமலை சின்னையன்பேட்டை குளத்துச் சிற்பங்களுள் ஒன்றாக பெண் மகவீனும் காட்சி அமைந்துள்ளது. தேன்கனிக் கோட்டை நரசிம்மர் கோயிலில் அமைந்துள்ள தூண் சிற்பங்களுள் ஒன்றாக மகப்பேறு காட்சி வடிக்கப்பட்டுள்ளது.

இணைவிழைச்சுக் காட்சிகள்

அக்கால சிற்பங்களில் மற்றொரு குறிப்பிடத்தக்க அம்சம் காமச் சிற்பங்களாகும். மண்டபத் தூண்களில் ஆண்பெண் இணை விழைச்சுக் காட்சிகள் சிற்பங்களாக வடிக்கப்பட்டுள்ளன. கோயில்களில் வசந்த மண்டபம், மகாமண்டபம் ஆகிய கட்டுமானங்களில் உள்ள தூண்களில் இவ்வகை சிற்பங்கள் காணக் கிடைக்கின்றன. மேலும் கோபுரத்திலும் சுதைச் சிற்பங்களாக அமைக்கப்பட்டுள்ளன. தவிரவும் குளங்களின் படித்துறைகளில் இவ்வாறான இணைவிழைச்சுக் காட்சிகள் வடிக்கப் பட்டுள்ளன.

மானுட இணைவிழைச்சுக் காட்சிகளை மட்டுமின்றி, விலங்கு களுடனான இணைவிழைவையும் சிற்பங்களாக வடித்தல் என்னும் மரபு நாயக்கர்காலத்தின் முக்கியகலையம்சமாகத்திகழ்கின்றது. திருமுக்கூடல் பெருமாள் கோயில் ஊஞ்சல் மண்டபம், திருவொற்றியூர் மண்டபத் தூண்கள், அழகர்கோயில், தேன்கனிக்கோட்டை நரசிம்மர் கோயில் தூண்கள், சின்னயன்குளம் ஆகியன இவற்றுள் குறிப்பிடத்தக்கவை. மானுட பாலியல் காட்சிகளன்றி, விலங்குகளோடு புணர்தல் போன்ற காட்சிகளும் சின்னயன்குளத்து படித்துறைச் சிற்பங்களில் காணலாம். புராணங்களில் மான், எருமை, யானை இவற்றோடு புணர்தல் தொன்மக் கதைகளில் காணப்படுகின்றது. அத்தகைய நிகழ்வுகள் சிற்ப வடிவங் களாக இங்குக் காட்டப்படுதல் குறிப்பிடத்தக்கது. குறிப்பாக நாய், பன்றி போன்ற விலங்குகள் பெண்ணோடு புணரும் காட்சியும் சிற்பங் களில் வடிக்கப்பட்டுள்ளன. இவ்விடத்தில் குழந்தைப் பேறு அற்ற பெண்ணினை வேள்விப் பலி விலங்குடன் புணரச் செய்து, மலட்டுத் தன்மையை நீக்கி மகப்பேறு அளிக்கும் புத்திர காமேஷ்டி யாகம் என்ற வேதகால நம்பிக்கையை நினைவுகூரத் தகுந்தது.

இதன் மற்றுமொரு தொடர்ச்சியாக விமானத்தின் கூரைப்பகுதியான கொடுங்கைச் சிற்பங்களில் பூதகண வரிசைகளில் ஆண்பெண் கணங் களின் களியாட்டக்காட்சிகள் வடிக்கப்பட்டுள்ளன. கணங்களின் ஆடல், இரு கணங்கள் ஒன்றுக்கொன்று முத்தமிடுதல், தழுவுதல் மற்றும் அங்க சேட்டைகள் ஆகியன காட்டப்பட்டுள்ளன.

வசந்த மண்டபங்களும் குளக்கரைகளும்

வசந்தகாலத்தில் கொண்டாடப்படும் விழாக்கள் நீரோடு தொடர்புடையன. வசந்த உற்சவங்கள் வசந்த மண்டபங்களில் நிகழுகின்றன. வசந்த மண்டபங்களை ஒட்டியே குளங்கள் அமைக்கப்பட்டுள்ளன. பொதுவாக உலகம் முழுவது வசந்த விழாக்கள் ஒரு சடங்கு அளவிலாவது, இணைவிழைவை ஒருபகுதியாகக் கொண்டுள்ளன. ஆதிக் காலத்தில் இணைவிழைவுச் சடங்கை மக்களே நிகழ்த்தினர். காலமாற்றத்தில் மக்களுக்கு பதிலீடாக தெய்வங்களும், அத்தெய்வங்களின் திருமணங்களும், தேர் உலாவும், ஊஞ்சலாட்டும் ஆகிய செயல்கள் அடங்கிய இணைவிழைவுச் சடங்குகள் கோயில்களில் கடவுளர்களுக்கு நடைபெறுவதாக அமைக்கப்பட்டுள்ளன. எனவே வசந்தோற்சவம் நடைபெறும் மண்டபத் தூண்களிலும், கடவுள் இணைகள் எழுந்தருளும் தேர்களிலும் காமச் சிற்பங்கள் வடிக்கப்பட்டன. இரதிமன்மதன் உருவங்கள் தவறாது இம் மண்டபங்களில் இடம்பெற்றுள்ளன.

வளமைக்குறியீடுகள் யாவும் நீரோடு தொடர்புடையனவாகவே காட்டப்பட்டுள்ளன. எனவே தான் நீர்நிலைகளுக்கருகில் இத்தகைய இணைவிழைச்சுச் சிற்பங்கள் அமைக்கப்படுகின்றன. இதற்கு ஓர் உதாரணச் சான்றாக அமைவன, திருவண்ணாமலை மாவட்டம் சின்னையன்குளம் படித்துறையில் அமைந்துள்ள சிற்பக் காட்சிகள். மேலும் மக்கள் கூடுமிடங்களான சத்திரங்கள், சாவடிகள், ஊர் மன்று கட்டுமானங்களின் தூண் பகுதிகளிலும், மேற்கூரைகளிலும் இத்தகு இணைவிழைச்சுக் காட்சிகள் சிற்பங்களாக வடிக்கப்பட்டுள்ளன. மதுராந்தகத்திலிருந்து காஞ்சிபுரம் செல்லும் சாலைகளில் அமைந்திருக்கும் ஊர் சத்திரங்களில் இத்தகு சிற்பங்களைக் காணமுடிகின்றது.

பிட்சாடனர்

இணைவிழைச்சு கூடற் காட்சிகள் தவிர்த்து, திருமாலின் மோகினி அவதாரக் காட்சி காட்டப்படுவதுண்டு. மோகினியின் வனப்பு, ஆடை நெகிழ்ந்த நிலை, மோகினியின் அழகினைக் கண்ட தாருகாவன முனிவர்களின் உடற்கோலங்கள் ஆகியனவும் வளமைக்குறியீடுகளாகச் செதுக்கப்பட்டுள்ளன. அவ்வாறே பிட்சாடனர் உருவத்தின் திகம்பர நிலை. கட்டழகராய் அவரின் திருக்கோலம் கண்டு காம நெகிழ்வில் கட்டுண்ட முனிபத்தினியர் தங்களுடைய ஆடை பிறழ்ந்த நிலை ஆகிய கோலங்கள் சிற்பங்களாக பல கோயில்களில் காட்டப்பட்டுள்ளன.

கோயிற் கலைகளின் உச்சக்கட்ட காலமாக விளங்கிய கி.பி.8-12 ஆம் நூற்றாண்டு காலக்கட்டங்களில் இத்தகு சிற்பங்கள் இருந்தன. பிட்சாடனர் சிற்பம் அத்தகு தன்மையில் அமைக்கப்பட்டது. பெரும்பாலும்

சோழர்கள் காலத்தில் சோழமாதேவிகள் கட்டியக் கோயில்களில் பிட்சாடனர் சிற்பம் தென்முகக் கோட்டங்களில் அமைக்கப்பட்டிருந்தது. செம்பியன் மாதேவி, ஒலோகமாதேவி, சோழமாதேவி ஆகிய சோழ தேவியர் கட்டிய கோயில்களில் பிட்சாடனர் முக்கியத்துவம் பெற்றிருந்தார். பிட்சாடனரின் செப்புத் திருமேனிகளும் தேவியர்களால் கொடையளிக்கப்பட்டிருந்தன. சோழர் காலத்தில் பெண்களின் பெயர்கள் நக்கன் என்ற முன்னொட்டுப் பெயர்களுடன் காணப்பட்டதை கல்வெட்டுகளின் மூலம் அறியலாம். தஞ்சைப் பெரிய கோயில் ஆடற் பெண்டிர்களின் பெயர்கள் நக்கன் என்பதோடு இணைந்ததாய் இருந்தது. நக்கன் என்பது பிட்சாடனரின் பெயராகும். எவ்வாறாயினும் சோழர்காலப் பிட்சாடனர் சிற்பங்கள் பிற்காலச் சிற்பங்கள் போல விதந்தநிலையில் இல்லை.

சோழப்பேரரசின் வீழ்ச்சிக்குப் பின் எழுந்த விசயநகரநாயக்கர் காலத்தில் கலைப்படைப்புகளில் காமச்சுவை மிகுந்து காணப்படுகின்றது. சிவ புராணக் காட்சியாக குறிப்பாக பிட்சாடனர், மோகினி மற்றும் தாருகாவன முனிவர்கள், அவர்தம் பத்தினிகள் ஆகியோரது சிற்பங்கள் அமைக்கப்படுதல், பாகவதப் புராணத்தின் காட்சியாக கிருஷ்ணன் கோபியர்களின் ஆடைகளை வஸ்திராபஹரணம் செய்துவிட, அப்பெண்கள் ஆடையற்ற நிலையில் தவித்து வேண்டுதல் ஆகியன தவறாது சிற்ப வடித்தல்களில் இடம்பெறுகின்றன. மேற்குறிப்பிட்ட இச்சிற்பங்கள் யாவும் இனப்பெருக்க உறுப்புகளைக் காட்டியவாறும், பல்வேறு வகையான பாலுறவு நிலைக் காட்சிகளையும் வடித்தல் மிகைக்காமச்சுவையை வெளிப்படுத்துகிறது. இச்சிற்பங்கள் பெரும்பாலும் சைவ, வைணவ கோயில்களின் நாயக்கர் கால மண்டபங்களில் தவறாது இடம் பெற்றுள்ளன என்பதும் இங்குக் கருத்தில் கொள்ளத்தக்கது.

இணைவிழைவும் வளமை நம்பிக்கைகளும்

இவ்விடத்தில் நாயக்கர் கால இணைவிழைவுச் சிற்பங்களை விளங்கிக் கொள்வதற்கு இக்கால நாட்டார் வழக்காற்றுத் தொகுப்பு ஒன்று (கிருஷ்ண சுவாமி, கொங்கு நாட்டுப்புறப்பாடல்கள்) தரும் விவரக்குறிப்பு மிகுந்த பயனுள்ளதாக அமைகின்றது.

கொங்குநாட்டின் அவினாசியில் வயல்வெளிகளில் ஆண் பெண் கலவி நிலை சுடுமண் சிற்பங்கள் வைக்கப்படுகின்றன. பயிர்கள் நன்கு செழித்து வளரும் நிலையில் வைக்கப்படும் இச்சிற்பங்கள் அறுவடை முடிந்தபின்னே வீட்டின் கொல்லைப்புறத்தில் இடம் பெற்றுவிடும். மீண்டும் அடுத்த விளைச்சலுக்கு பயன்படுத்தப்படும். தருமபுரி மாவட்டம் சந்தூர் என்னும் ஊரில் வேளாண்மை நிலங்களின் குறிப்பாகப்

பருத்திக்காடுகளின் நடுவே ஆண் பெண் சுடுமண் சிற்பங்கள் வைக்கப்பட்டுள்ளன. இத்தகைய வயல்வெளிகளின் நடுவே வைக்கப்படும் சோளக்கொல்லைப் பொம்மைகளின் உருபெருக்கமடைந்த நிலையே நாயக்கர் காலச் சிற்பக் கலைப்பாணி.

நாயக்கர் காலச் சமூக உருவாக்கத்தில் வளமை நம்பிக்கையின் இடம்

வளமை குறித்த நாட்டார்களின் நம்பிக்கைகள், சடங்குகள் கோயில்களிலும், பொதுவிடங்களிலும் இடம்பெற்றது, அக்காலத்தில் சமூக அடிநிலையிலிருந்து புதிய சமூகக் குழுக்கள் மேற்கிளம்பின என்கிற நொபொரு கராஷிமா, எ.சுப்பராயலு ஆகியோரின் ஆய்வுகளை உறுதி செய்கின்றன. அத்துடன் இவ்வாறு மேற்கிளம்பிய குழுவினர் சமூக அசைவியக்கத்தில் முக்கிய பங்காற்றினர் என்பதையும் உணர்த்துகிறது.

அதேவேளையில் இச்சிற்பங்கள் வளமைச்சடங்கு நம்பிக்கைகளோடு தொடர்பு கொண்டிருந்தாலும், செய்நேர்த்தியற்ற நாட்டார் சுதைச் சிற்பங்கள்போன்று அல்லாமல், வடித்தலில் காணப்படும் செய்நேர்த்தி மிகைக் காமச் சுவையையும் வெளிப்படுத்துகின்றது. இச்சிற்பக் கலைப்போக்கு நாயக்கர் காலச் சமூக உருவாக்கத்தில் தோற்றம் பெற்றதற்கு காரணம் என்னவென்று இவ்விடத்தில் சிந்தித்தல், அக்கலைப்போக்கின் சமூக அத்தியாவசியத்தைப் புரிந்துகொள்ள உதவும். பண்டைக்காலத்திலும் இடைக்காலத்திலும் இணைவிழைவு வளமைச் சடங்குச் செயல்பாடுகள் நிலையற்றத் தன்மையையும் மரணத்தையும் எதிர்த்து நிலைபேற்றையும் மரணமில்லாப் பெருவாழ்வையும் அருளும் வழிமுறையாகக் கருதப்பட்டன. நிலைப்பேற்றையும் மரணமற்ற வாழ்வையும் அடைவதற்கு தாந்திரீகத்தில் இணைவிழைச்சுச் சடங்குகள் மேற்கொள்ளப்பட்டன என்பது தேவி பிரசாத் சட்டோபாத்தியாயா, என்.என். பட்டாச்சாரியா ஆய்வுகள் மூலம் தெரியவருகின்றன. தமிழகப் பின்னிடைக்கால வரலாற்றில் அடிக்கடி நிகழ்ந்த போர்களும், வட்டாரத் தலைவர்களின் நிலைமாற்றங்களும் சமூக வாழ்வில் ஒரு நிலையற்றத் தன்மையையும் தோற்றுவித்திருந்தது. இச்சூழ்நிலைமையில் அக்காலச் சமூகத்தில் மேற்கிளம்பியிருந்தோர், சமூகத்தட்டில் மேல்நிலை அடைந்தாலும் இன்னும் மரபுரிமையாகக் கைக்கொண்டிருந்த வளமை நம்பிக்கைகளின் அடிப்படையில் நிலைப்பேற்றையும் நிலைத்த பெருவாழ்வையும் அடைய இவ்வாறான சடங்குச் செயல்பாடுகளில் ஈடுபட்டனர் எனக் கருதத் தூண்டுகிறது. அதேவேளையில் இச்சிற்பங்களில் வெளிப்படும் செய்நுட்பமும் மிகைக்காமச்சுவையும் அவர்கள் சமூக உற்பத்தியில் பெருமளவிலான செல்வத்தைத் தமதாக்கிக் கொண்ட ஆளும் பிரிவினராக விளங்கினர் என்பதையும் உணர்த்துகிறது.

துணை நூல்கள் :

1. ஜெகாதா, வரலாற்றுத் தடத்தில் மதுரை நாயக்க மன்னர்கள், ஸ்ரீசெண்பகா பதிப்பகம், சென்னை17, 2016

2. அ.கி.பரந்தாமனார், மதுரை நாயக்க மன்னர் கால வரலாறு, பாரி நிலையம், சென்னை 18, 2007

3. சா.பாலுச்சாமி, நாயக்கர் காலக் கலைக்கோட்பாடுகள், காலச்சுவடு பதிப்பகம், சென்னை. 2015

4. அ. ராமசாமி, நாயக்கர் காலம், நியூசெஞ்சுரி புக் ஹவுஸ் (பி) லிட்., சென்னை.

5. கோ. உத்திராடம், நாயக்கர் கால சமூக பண்பாட்டு வரலாறு, தடாகம் பதிப்பகம், சென்னை, 2018

6. கட்டுரையாளரின் கோயில் மற்றும் சமூகம் சார்ந்த கள ஆய்வுத் தரவுகள்

7. தேவிபிரசாத் சட்டோபாத்யாயா, உலகாய்தம், நியூசெஞ்சுரி புக் ஹவுஸ் (பி) லிட்., சென்னை.

8. ர.பூங்குன்றன், கொங்கு வளமைச் சடங்கு, கல்வெட்டு இதழ் 14, தமிழ்நாடு அரசு தொல்லியல் துறை, சென்னை, 1980

9. க.கிருஷ்ணசுவாமி, கொங்கு நாட்டு நாட்டுப்புறப்பாடல்கள் தொகுதி 2, மக்கள் வெளியீடு

10. கா.சுப்பிரமணியன், சங்க கால சமுதாயம், நியூசெஞ்சுரி புக் ஹவுஸ் (பி) லிட்., சென்னை, 1987

10. செல்வி திருச்சந்திரன், தமிழ் வரலாற்றுப் படிமங்கள் சிலவற்றில் ஒரு பெண்ணிலை நோக்கு, குமரன் பதிப்பகம் கொழும்பு – சென்னை, 1997

தாயம்: பாதீடும் பங்கீட்டுத் தெய்வமும்

இந்தியாவெங்கிலும் தாயம் ஒரு பொழுதுபோக்கு விளையாட்டுக் கருவியாக அறியப்படுகிறது. முதன்மை இதிகாசங்களில் ஒன்றான மகா பாரதத்தில் தாயக்கட்டையின் பங்கு இன்றியமையாததாக அமைந் துள்ளது. அரசன் முதல் ஆண்டி வரை தாயம் உருட்டுதல் பொழுதுபோக்கு மட்டுமின்றி ஒரு பாரம்பரிய சடங்கு அமைவாகவும் விளங்கியது. அரசன் பகைவனால் அல்லது மற்றவர்களால் தாயம் ஆட அழைக்கப்படும் போது மறுத்தல் சத்திரிய தர்மத்திற்கு எதிராகக் கருதப்பட்டு வந்தது. தாயத்தில் பங்கு வைத்து ஆடல் என்பது தவிர்க்க இயலாததாக விளங்கியுள்ளது. அந்த வகையில் நோக்குகையில் தாயக்கட்டை மூலம் நிலமும் பங்கிடப் பட்டுள்ளது என்பதை அறியலாம். பண்டைக்கால இந்திய சமூகத்தில் தாயக்கட்டை ஒரு இன்றியமையாத பங்கீட்டுக் கருவியாகத் திகழ்ந் துள்ளது.

தமிழக அகழாய்வுகளில் அழகன்குளம் மற்றும் பொருந்தில் இவ் விடங்களில் தாயக்கட்டைகள் கிடைத்துள்ளன. அழகன்குளம் கிழக்கு கடற்கரையில் இராமநாதபுரத்தில் வைகை ஆற்றங்கரையில் அமைந் துள்ள ஒரு கிராமம் ஆகும். அழகன்குளம் அகழாய்வுகள் தமிழ்நாடு அரசு தொல்லியல்துறையால் 1986-87, 1990-91, 1993-94, 1995-96, 1996-97, 1997-98 என்ற ஆறு காலகட்டங்களில் மேற்கொள்ளப்பட்டன. பண்டைய காலத்தில் அழகன்குளம் ஒரு துறைமுகப்பட்டினமாக விளங்கியுள்ளது. மேலும் இவ்வூர் யவன வாணிகம் சிறப்புற்று விளங்கிய சங்ககால வணிக நகரமாகும். இங்கு நடைபெற்ற அகழாய்வில் கிடைத்த பல்வேறு தொல்பொருட்களுள் தாயக்கட்டை மிகவும் குறிப்பிடத்தக்கது. பழனிக் கருகில் உள்ள பொருந்தில் என்னும் சங்ககால் ஊரில் மேற்கொள்ளப்பட்ட அகழாய்வில் தந்தத்தாலான தாயக்கட்டைகள் கிடைத்துள்ளன. மேலும் அகழாய்வில் தாயக்கட்டைகள் ஹரப்பா, மொகஞ்சதாரோ, லோத்தல், காலிபங்கன், குணால் ஆகிய சிந்துசமவெளி நாகரிகம் நிலவிய பகுதி களில் கிடைத்துள்ளன. இவ்வாறாக அகழாய்வுகளில் கிடைக்கும் இத் தாயக்கட்டைகளின் பண்டைய சமூகப்பயன்பாட்டையும், அதன் மருவிய போக்கினையும் வரலாற்று ரீதியாக ஆய்தல் இன்றியமையாதது.

தாயம்-ஆயம்

தாயம் என்ற சொல் ஆயம் என்ற பொருளிலும் இலக்கியங்களில் பயின்று வந்துள்ளன. உருளாயம் குறள், சீவக சிந்தாமணி, ஆயங்கொளின் குறள், உருளாயச் சூதாடி பெரிய புராணம், ஆயம் பிடித்தாரும் நளவெண்பா, தப்பிலாத கவறுருண்ட தாயம் வில்லிபாரதம் போன்ற இலக்கியங்களில் இச்சொல் கையாளப்பட்டுள்ளது. பண்டைய இலக்கியங்கள் பேசும் வல், வட்டு, கவறு, சோழி அல்லது சோகி, விபீதகக் கொட்டை, தாயம் ஆகியவற்றை சூது என்று பொருளுரைக்கும் போக்கு நம் உரையாசிரியர்களிடம் உள்ளது. இந்தக் கருத்து இந்தச் சொற்களுக்கு தொல்பழங்காலத்திலிருந்த பொருளுக்கு மாறுபட்ட பொருளாக அமைந்துள்ளது. தாயம் என்ற சொல் சூது என்றும், உரிமை என்றும் இருவகையான எதிரெதிர் பொருளைத் தருவதாகப் பயின்று வந்துள்ளது. உரிமைக்கும், சூதாட்டத்திற்கும் தாயம் என்ற சொல் பயன்படுகின்றது. ஆனால் சிந்தையும் மனமும் செல்லாக் காலத்தில் உரிமையை வகுத்தளிக்க தாயம் என்னும் பகடைகளைப் பயன்படுத்தினர். எனவே முதலில் உரிமைக்குப் பயன்பட்ட தாயக் கட்டை தனிஉடைமை வந்தபின் சூது என்ற பொருளில் வழங்கப் பெற்ற பின் உரிமைக்கும், தாயக்கட்டைக்குமிடையில் உள்ள வரலாற்று ரீதியான தொடர்பு அறுந்து போன நிலையில் சமபங்கீடு அழிந்து, ஏற்றயிறக்க நிலை உருவானபோது தாயம் பங்கீட்டிற்குப் பயன்படுவது போய் தனி உரிமைக்குப் பயன் பட்ட போது சூது என்று பெயர் பெற்றது. மகாபாரதம், நள சரித்திரம் போன்ற காவியங்களில் தாயம் சூதாக மாறியுள்ள தன்மையை இதற்குக் எடுத்துக்காட்டாகக் கூறலாம்.

சமூகத்தில் தாயம்

சங்ககால தமிழ்மக்களும் தாயத்தினை மன்றில் ஆடுவதாக புறப்பாடல் ஒன்று தெரிவிக்கின்றது. அதிலும் நரைமூதாளர்கள் கடவுள் தங்கியிருந்த தூண் அமைந்துள்ள மன்றத்தில் தாயம் ஆடியதாகக் கூறுகின்றது.

கலிகெழு கடவுள் கந்தம் கைவிடப்
புலிகண் மாறிய பாழ்படு பொதியில்
நரைமூ தாளர் நாயிடக் குழிந்த

வல்லின் நல்லகம் நிறையப் பல்பொறிக்
கான வாரணம் ஈனும்
காடாகி விளியும் நாடுடை யோரே.

புறம். 52:1217

மேற்கண்ட பாடலில் 'வல்'; என்ற சொல் தாயத்திற்கு பயன் படுத்தப்பட்டுள்ளது. 'நாயிடக் குழிந்த' என்பதில் உள்ள நாய் என்பது தாயம் விளையாட்டில் பயன்படுத்தப்படும் ஆட்டத் திற்கான காய்களே ஆகும். இன்றும் தாயம் ஆடுவோர் நாய் என்ற சொல்லை பயன்படுத்தக் காணலாம். ஆட்டத்தில் நாய்களை இட்டு அவ்விடம் குழிந்து காணப்பட்டதாக பாடல் கூறுவதிலிருந்து, மன்றத்தில் தொடர்ச்சியாக தாயம் ஆடப்பட்டிருக்க வேண்டும் என்பதும், மேலும் முதியோர் ஆடிய தாகக் கூறப்படுவதால் அது தற்போது பொருள் கொள்ளப்படும் பொழுதுபோக்கு ஆட்டமல்லாது, சமூகத்தின் ஒரு முறையான செயல்பாடாகவே கருதப்பட்டு வந்துள்ள மையும் தெளிவாகின்றது. மேலும் தாயம் 'சூது' என்னும் பிறர் பொருளைப்பறிப்பதான ஆட்டமாக பண்டு விளங்கியிருந்தால், இளையோர்க்கு நல்வழி காட்டவேண்டிய முதி யோர்கள் அதுவும் கடவுள் தங்கியுள்ள மன்றில் எவ்வாறு தாயம் ஆடியிருக்கவியலும் என்று ஆராய்ந்தால் தாயம் பங் கீட்டிற்கான ஒரு பண்டைய வழி முறை என்பதும், சூது என்ற பொருளில் பிற்பாடு அது தனிஉடைமைச் சமூகத்தில் மாறியுள்ளது என்பதும் தெள்ளத் தெளிவாகப் புலனாகும்.

முத்துறழ் மணலெக்க ரளத்தக்கான் முன்னாயம்
பத்துருவம் பெற்றவன் மனம்போல நந்தியா
ளத்திறத்து நீநீங்க வணிவாடி யவ்வாயம்
வித்தத்தாற் றோற்றான்போல் வெய்துய ருழப்பவோ

கலி. 136:15

மேற்கண்ட கலிப்பாடலில் தலைவனைக் கண்ட தலைவியின் மனம் தாயத்தில் பத்துருவம் அதாவது விருத்தமாக எண்கள் விழப்பெற்றவன் மனம் போல மகிழ்ச்சி கொண்டதாக ஒப்புமைக் கூறப்படுவதும் நோக்கு கையில், பண்டையத் தமிழ்ச் சமூகத்தில் தாயம் பெற்றிருந்த ஏற்றத் தினை உணரமுடிகிறது.

வல் வல்சி – உணவு

தாயம் என்பதற்கு வல் என்ற பொருளுண்டு. வல் என்பது வல்சி அதாவது உணவு என்ற பொருளில் ஐங்குறுநூறு, நற்றிணை, குறுந்

தொகை, பதிற்றுப்பத்து ஆகியவற்றிலும், புறநானூறு 26,190, 211, 246, 269, 320, 360 ஆகிய பாடல்களிலும் பயின்று வருகின்றது. தொல் பழங்குடி மக்களிடையே முதலில் உணவினைப் (வல்சியை) பங்கிடு வதற்கே தாயம் பயன்படுத்தப்பட்டுள்ளதால் அது 'வல்' என்று பெயர் பெற்றமை தெளிவாகின்றது.

பக – பகவன் பக்தன்

செழிப்பு, செல்வம், அதிர்ஷ்டம் என்ற பொருளில் 'பக' என்ற சொல் வழங்கப்படுகிறது. வேத காலத்தில் 'பக' என்பவன் விநியோகிப்பவன் எனப்படுகிறான். பொருள் செல்வத்தினை அதாவது உணவு, நீர், பசு, கொள்ளைப் பொருள்கள், நிலம் ஆகியன சமமாக பங்கிடப்படுதல் அனைவருக்கும் சமமாக விநியோகித்தல் என்பது பக என்ற பொருளில் அதாவது பகுத்தல் என்பதாகக் குறிப்பிடப்படுகின்றது. பகுப்பவன் அல்லது பங்கிடுபவன் பகவன் எனப்படுகிறான். பங்கினைப் பெறுபவன் பக்தன் எனப்படுகிறான். கடவுள் கோட்பாடுகள் அற்ற பழங்குடிகளில் செல்வத்தினை பகுப்பவனும், பெறுபவனும் பின்னாளில் பக்தி காலத்தில் வைதிக சமயங்களில் குறிப்பாக வைணவத்தில் பகவான் என்றும், பக்தன் என்றும் குறிப்பிடப்படுகின்றனர். இவ்வாறு பக்தி என்பது பொருள்களை பங்கிடுவதிலிருந்தே உண்டானது என்பது இங்கு தெளிவு. மேலும் 'அம்ச' என்பது பகவானுக்குரிய நைவேத்தியத்தினையும், 'பாக' என்பது அதனை பக்தர்களுக்கு பிரித்து வழங்குவதையும் குறிக்கும் சொற் களாகும். வைணவத் திருக்கோயில்களில் காணக்கிடக்கும் இம் முறைமை பண்டைய வழக்கின் தொடர்ச்சியே என்பதும் இங்கு நினைவு கூரத்தக்கது.

அக்ச

வேதகால மக்களிடையே குதிரைப்பந்தயமும் சூதாட்டமும் பொழுது போக்காக இருந்தது. அக்ச–தாயக்கட்டை அக்சசூக்தம் என்பது ரிக்வேதத்தில் பயின்று வரும் ஒரு அங்கமாகும். 'அக்சகிரிஷி பிரசம்ச அக்ச கித்தவ நிந்த' – அதாவது வேளாண்மையுடன் தொடர்புடைய சீட்டு, சூதாட்டத்துடன் தொடர்புள்ள தாயம் ஆகியவற்றினை புகழ் வதாக இச்சூக்தம் அமைந்துள்ளது இங்கு குறிப்பிடத்தக்கது.

பால்வரைத் தெய்வம்-மொய்ரா

கிரேக்கப் பழங்குடிகளில் பண்டைக்கால விநியோக விதியின் தெய்வம் 'மொய்ரா' எனப்படும் பங்கிடும் தேவதை ஆவாள். 'மொய்ரா' என்ற சொல்லின் அடிப்படைக் கருத்து பங்கு அல்லது பாகம் என்ப

தாகும். மொய்ராவுடன் 'லக்காஸ்' (டுரஉம) என்ற சொல் தொடர்புடையது. இதற்கு சீட்டுகள் மூலம் கொடுக்கப்படும் அல்லது பெறப்படும் பாகம் என்று பொருள். கிரேக்கர்களின் மொய்ரா தொல்காப்பியத்தில் பால்வரைத் தெய்வம் எனப்படுகிறது. 'பால்வரைத் தெய்வம் வினையே ப+தம்' (சொல்லதிகாரம் நூற்பா.57 வரி:2) பால்வரைத் தெய்வம் (பாக்கியம்) நல்விதி கொடுக்கும் என்ற பொருளில் இங்கு கூறப்பட்டுள்ளது. உணவு பங்கீடு, கொள்ளைப்பொருள்கள் பங்கீடு, விவசாயத்திற்கான நிலத்தினைப் பங்கிடுவது ஆகியன சமமாக இத்தெய்வத்தால் செய்யப்பட்டது. எனினும் இதில் குறிப்பிடத்தக்க மற்றொரு அம்சமானது பங்கீட்டாளனும், பங்காளனும் முறையே கொடுப்பதுவும், பெறுவதுவும் இன்னதென்று அறியப்படாமலிருப்பதே இங்கு லக்காஸ் அதாவது அதிர்ஷ்டம் என்ற பொருளில் கையாளப்படுகிறது.

மூத்தோர் மூத்தோர்க் கூற்றம் உய்த்தெனப்
பால்தர வந்த பழவிறல் தாயம்
எய்தினம் ஆயின் எய்தினம் சிறப்புஎன

புறம். 75:15

முதுமையால் முன்னோர்களைக் கூற்றம் கொண்டு செல்ல முறைப்படி (விதிப்படி) வந்த பழைய அரசுரிமையைத் தான் அடைந்ததாக சோழன் நலங்கிள்ளி கூறும் மேற்கண்டப் பாடலில், 'பால்தர வந்த பழவிறல் தாயம்' என்பதில் தாயம் என்பது 'உரிமை' என்ற பொருளிலும், பால் என்ற சொல் 'விதி' என்ற பொருளிலும் இங்கு கையாளப்படுகின்றன. விதியால் ஒருவருக்கு வாய்த்தது தாயத்தால் பங்கிடப்பட்ட முறைமையை இது காட்டுகிறது.

கொடிச்சி சாவித்ரி

'கொடிச்சி' சங்க இலக்கியங்களில் (நற்றிணை, குறுந்தொகை, அகநானூறு, ஐங்குறுநூறு) காட்டப்படும் குறிஞ்சிநிலத்து தலைமகளாவாள். இவள் வேட்டையில் கொண்டுவரப்படும் பொருட்களை முறையாக (சமமாக) பகுப்பவள் ஆவாள். (கொடிச்சி முறைமுறைப் பகுக்கும்) பல்வேறு வகையான செல்வங்களைப் பங்கிடுபவளாக சாவித்ரி அழைக்கப்பட்டாள். ரிக்வேதத்தில் 20 தடவைகளுக்கும் மேலாக சாவித்ரி விநியோகிப்பவள், கொடுப்பவள் என்ற பெயரின் பொருளில் வருகிறாள்.

ஆக, தாயம் பண்டையக் காலத்தில் அதாவது சூதாட்டமாக கொள்வதற்கு முன்னால் உணவு, பொருட்கள், நிலம் கால்நடைகள் ஆகியவற்றை சமமாக பங்கிடுவதற்கு பயன்படுத்தப்பட்டது. தாயத்தின்

அடுத்தகட்டமாக சீட்டுகள் பயன்படுத்தப்பட்டு நிலம் உள்ளிட்டவை பிரிக்கப்பட்டன. கரையீடு, கரையாண்மை எனப்படும் நிலத்தைப் பிரிக்கும் வகைமைகள் தாயத்தின் பிற்பாடுகளாகும். தாயம் மன்றில் ஆடப்பட்டுள்ளதால் சூதாட்டத்திற்கு முன்னதாக இது புனிதம் வாய்ந்த ஒன்றாக மக்களால் கருதப்பட்டுள்ளதும் தெளிவாகிறது.

குறிப்புதவி நூல்கள்:

1. எட்டுத்தொகை நூல்கள்: அகநானூறு, புறநானூறு, குறுந்தொகை, ஐங்குநூறு, நற்றிணை, கலித்தொகை, பதிற்றுப்பத்து

2. முனைவர்.சீ.வசந்தி, தமிழக அகழாய்வுகள், தமிழ்நாடு அரசு தொல்லியல் துறை, சென்னை.

3. **Alagankulam** – Excavation Report, Dept. of Archaeaology, Govt. of Tamilnadu

4. சுவிராஜ் ஜேஸ்வால், வைணவத்தின் தோற்றமும் வளர்ச்சியும்

5. தேவிபிரசாத் சட்டோபாத்தியாயா, உலகாய்தம்

6. க.கைலாசபதி, பால்வரைத்தெய்வம் இரண்டாம் உலகத்தமிழ் மாநாடு சிறப்பிதழ் கட்டுரை

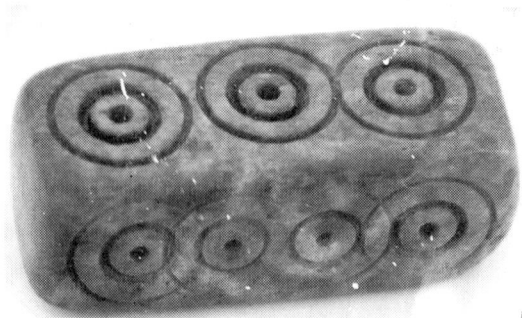

1. கீழடி அகழாய்வில் கிடைத்த தாயக்கட்டை

2. நீலகிரியில் உள்ள கரிக்கையூர் பாறை ஓவியத்தில் மாட்டைப்பிடிக்க முயலும் மூவர்

3. நீலகிரியில் உள்ள கரிக்கையூர் பாறை ஓவியத்தில் மாடுகளை ஓட்டி செல்லும் மனிதர்கள்

4. நீலகிரியில் உள்ள கரிக்கையூர் பாறை ஓவியத்தில் விலங்குகள் மற்றும் மனிதஉருவங்கள்

நீராடல்: நனிநாகரிகத்தார் தனிப்பண்பாடு

'தீது நீங்க கடல் ஆடியும் மாசு போக புனல் படிந்தும்' என்ற மொழிக் கேற்ப நீராடல் பண்டைய மக்களின் வாழ்வில் நீக்கவியலா பண் பாட்டின் செயல்பாடாக விளங்குவது கண்கூடு. நீராடல் = நீர் + ஆடல் எனப்பிரிக்கலாம். ஆற்றிலோ, கடலிலோ உவகையுடனும், உளப்பூர் வமாகவும், மனதிற்கினியனவாய் விளையாடிக்கொண்டு குளித்தல் நீராடல் எனப்பொருள் பெறும். குளத்தில் நடைபெறும் நீராடல் குளித் தல் ஆகும். நீரில் மூழ்குகை குளித்தல் என்று பெயர் பெறும். நீராடல் என்பது உடல் தூய்மைக்காக முதலில் மேற்கொள்ளப்பட்டாலும், மானுடப் பரிணாமத்தில், சிந்தனைகளின் வளர்ச்சியில், வாழ்வியல் நெறிகளில் பல்வேறு புரிதல்களைக் கொண்டுள்ளது. இதனை விளக்கு முகமாக இக்கட்டுரைத் தொடர்கிறது.

நீராடல் என்பது தவத்தின் பயனால் தொடர்வதாக பண்டு மக்கள் நம்பினர். தன் தீவினை நீங்கியும், பழவினை அறுபட்டும் புதியதொரு பிறவிப்பயனைப் பெறுவதற்கான வழிமுறைகளில் சிறந்ததாக நீராடல் போற்றப்பட்டது. தலங்கள் தோறும் உள்ள புனித நீர் நிலைகளில் நீராடிச் செல்லுதல் சேத்திராடனம் எனப்பட்டது. காசி முதல் குமரி வரையிலான நீர்நிலைகளில் நீராடுவதை புனிதமெனக் கருதியும், அந்நிகழ்வினால் தங்களின் மறுபிறப்பு மேன்மையடையும் எனவும், இப்பிறப்பில் செய்த பாவங்கள் தங்களை விட்டகலும் எனவும் நம்பி, மக்கள் தங்கள் வாழ் நாளின் கடைநாட்களில் யாத்திரை மேற்கொண்டனர்.

புனித நீர் நிலைகளில் நீராடல் என்பது திராவிடர்க்குரிய பண்பாக ஆய்வாளர்களால் கருத்து முன்வைக்கப்படுகிறது. தென்னிந்தியாவில் தலம், தீர்த்தம், மரம் இவற்றினால் ஒரு வாழ்விடம் சிறப்புப் பெறுகிறது. எனவே நீர்நிலைகளுக்கு அளித்த முக்கியத்துவமும், நீராட்டின் சிறப்பும் வலியுறுத்தப் பெறுகின்றது. நீரில் மூழ்கி எழுதல் என்பது ஒன்றை விடுத்து மற்றொன்றாக பரிணமித்தலாக கைக்கொள்ளப்பட்டது திராவிடர்க் குரிய பண்பாடுகளில் தனித்துவம் பெற்று விளங்குவது நீரோடு தொடர் புடைய சடங்குகளாகும்.

ஆற்று நீராடல்

பழந்தமிழரின் வழிபாட்டில் ஆற்று வழிபாடு தொன்மையானது. எனவே பரிபாடலில் திருமால், செவ்வேள், கொற்றவை வழிபாடு போல வையையும் வழிபாட்டுக்குரியதாக நோக்கப்பட்டுள்ளது.

''நின்பயம்பாடிவிடிவுற்றுஏமாக்க
நின்படிந்துநீங்காமைஇன்றுபுணர்ந்தெனவே''

(பரி 7:8586)

என்ற அடிகளின் ஊடாக எமக்கு ஏற்பட்ட துன்பம் நீங்கப்பெற்று இன்பம் அடைய வேண்டும். உயிர்கள் பசியாலும் நோயாலும் வருந் தாமல் நலம் பெற்று வாழ வையை வந்து பாண்டிய நாட்டில் வளம் கொழிக்க வேண்டும் என்று வாழ்த்திப் பாடுகின்றனர்.

''வருந்தாதுவரும்புனல்விருந்துஅயர்கூடல்
அருங்கறைஅறைஇசைவயிரியர்உரிமை
ஒருங்குஅமர்ஆயமொடுஏத்தினர்தொழவே''

(பரி 10: 129131)

என்று உலக உயிர்கள் எல்லாம் பசி, பிணி ஆகியவற்றால் துன்புறாமல் வளத்துடன் வாழ்வதற்காக வறுமையினால் துன்புற்ற புலவர்கள் ஏந்திய கைகள் நிறையுமாறு கொடை வழங்கும் பாண்டியனைப் போல என்றென்றும் வையை ஓய்வின்றி வரவேண்டும் என வாழ்த்திப் பாடு கின்றனர்.

நீர்ப்பண்பாடுகளில் வையையில் தைந்நீராடல் பற்றிக் குறிப்பிடப் படுகிறது. திருமணமாகாத கன்னிப் பெண்கள் தங்கள் தாயாருடன் சென்று சடங்கு முறைகளை அறிந்த மூத்த பார்ப்பனியர் கூறியபடி நீராடுதல் தைந்நீராடல் எனப்படும்.

''முன்முறை செய்தவத்தின் இம்முறை இயைந்தேம்
மறுமுறை அமையத்தும் இயைக
நறுநீர் வையை நயத்தகு நிறையே''

(பரி 11:138140)

இவ்வாறு நீராடினால் அவர்களின் வேண்டுதல் பலிக்கும் என்ற நம்பிக்கை இருந்தது. எனவே தான் இப்பிறவியில் நீராடக் கிடைத்தது தாங்கள் முற்பிறவியில் செய்த பலன் என்றும் மறுபிறவியிலும் இப்பேறு நிலைக்க வேண்டும் என்று வேண்டுகின்றனர்.

கடல் நீராடல்

கடல் நீராடல் என்பது ஒரு விளையாட்டாகவே அக்காலத்தில் நிலவியது. கடலில் நீராடும் பரதவ மகளிர் பனை நுங்கின் நீரையும், கருப்பஞ் சாற்றையும் கலந்து பருகிக் கடலில் பாய்ந்து நீராடுவராம். சிலப் பதிகாரத்தின் கடலாட்டுக் காதையில் இந்திர விழா நாட்களில் கடலில் நீராடல் சிறப்பிற்குரியதாகவும், உள்ளத்து உவகை தரக்கூடியதாகவும் இருந்தமை விளக்கப்படுகிறது. திருஞானசம்பந்தரும் தனது மயிலைப் பதிகத்தில் 'மாசிக்கடலாட்டு காணாதி போதியோ பூம்பாவை' என்று மாசித் திங்களில் இறைவனாகிய சிவபெருமானுக்கு நடைபெறும் கடலாட்டைக் குறிப்பிடுகிறார். பல சிவ, வைணவத் தலங்களிலும் தீர்த்தவாரி என்பதாக புனித நீராட்டு நடைபெறுகிறது. தீர்த்தவாரி நடைபெறும் காலம் அந்தந்த தலங்களின் இடம், காலம், சூழல் ஆகியவற்றுக்கு ஏற்றவாறு வேறுபடும். குடந்தை உள்ளிட்ட தலங்களில் மாசி மகத்தன்றும், மதுரையில் சித்திரையிலும், வைணவத் தலங்கள் பலவற்றில் புரட்டாசியிலும் நடைபெறுகின்றது. இந்த தீர்த்தவாரி என்பது அத்தலங்களின் குளத்தினை அடிப்படையாகக் கொண்டது. ஆயினும் அருகில் ஆறு, கடல் இருப்பின் அவற்றிலும் அவ்விழா நடத்தப் பெறுகின்றது.

சூரிய, சந்திர கிரகணங்கள் முடிந்த பின்பு நீர்நிலைகளில் குறிப்பாக கடலில் நீராடுதல் என்பது அந்த கிரகணங்களினால் உடலுக்கும், மனதுக்கும் ஏற்பட்டுள்ள தீதினை நீக்கிக் கொள்ள மேற்கொள்ளப் பட்டதாகும். இவ்வழக்கம் இந்தியர்களிடையே மட்டும் தான் கைக் கொள்ளப் படுகிறது என்பது நோக்கத்தக்கது.

கான்யாற்று நீராடல்

மரம், செடி, கொடிகள் நிரம்பிய காட்டின் கண் மழை பெய்தமையால் பெருகி வரும் கான்யாற்று நீரில் குளித்தால் அது பல்வேறு மருந்துச் செடிகளின் சேர்க்கை உடையதாதலால் அதுபிணி போக்கும் தன்மை உடையது என்பதை அக்கால மக்கள் நம்பினர்.

தலைமகன் ஒருவன் தலைவியைப் பிரிந்து செல்ல அதன் காரணமாகத் தலைவி வாடி நடுக்கமுற்றிருந்தாள். இதனைக் கண்ட நற்றாய் தோழி யிடம், 'ஆகாயத்தில் மிக உயர்ந்த பெரிய மலைப்பக்கத்தில் மிக்க இடியோசையுடைய மேகம் பெய்யத் தொடங்கி நள்ளிரவில் மிக்க மழை பொழிந்ததினாலே கற்கள் நிரம்பிய காட்டின் கண் ஓடும் யாற்றிலே மரங்கள் காய்ந்த சருகுகளோடு கழித்தனவாகிய முகிழ்ந்த பூங்கொத்துக் களையும் அடித்துக் கொண்டு வருகின்ற புதிய இனிய நீரானது

இவளுக்குற்ற நோயைத் தீர்க்கும் அருமருந்தாகும். அதனைக் குளிர்ச்சி பெறப் பருகி அங்குள்ள காட்சிகளைக் கண்ணால் நோக்கி ஆடப்பெற்றால் இவள் மெய்யின் நடுக்கம் தீரும்' என்கிறாள். கானகப்பகுதிகளில் இருந்து ஓடிவரும் நெடிய ஆறுகளே நீர்வீழ்ச்சிகளாக, அருவிகளாக பாய்கின்றன. எனவே கானகத்தின் பல்வேறு மூலிகைப் பண்புகளைக் கொண்டதாக அந்நீர் பயனுற்றதால் குறிப்பிட்ட காலங்களில் கான்யாற்று அருவியில் நீராடல் சிறந்ததாக கருதப்பட்டது.

குளத்து நீராடல்

நீராடுதல் பண்டு முதல் ஒரு மங்கலச் சடங்காகவே நடந்து வருகின்றது. மொகஞ்சதாரோ குளம் புனித நீராடலுக்காக அமைக்கப்பட்டதேயாகும். ஆண்டிற்கு ஒரு முறையோ அல்லது குறிப்பிட்ட நிகழ்வுகளின் போது அக்குளத்தில் நீராடுதல் சிறப்பாகக் கருதப்பட்டுள்ளது. அகழாய்வில் வெளிப்படுத்தப்பட்டுள்ள அக்குளத்தின் கட்டமைப்பைக் காணும் போது சிந்துவெளி நாகரிகத்தில் அதன் முக்கியத்துவத்தை உணர முடிகின்றது. வைசாலியில் அரசர்கள் நீராடுவதற்கான புனித குளம் ஒன்று இருந்ததாக ஷெரீன் ரத்னாகர் குறிப்பிடுகிறார். இக்குளத்தில் மேன்மக்கள் நீராடுதல் அவர்களின் வலிமையையும் ஆயுளையும் பெருக்கும் என்று நம்பினர்.

சங்க இலக்கியம் குறிப்பிடும் தைந்நீராடல், அம்பா அருகிருந்து நீராடல் என்பது மகளிருக்கான புனித நீராடலைக் குறிக்கிறது. மார் கழியின் முழுநிலவு நாளில் தொடங்கி தை மாதத்தின் உவா நாள் முடிய முப்பது நாட்கள் நோன்பிருந்து அதிகாலையில் எழுந்து நீராடுதலை தைந்நீராடல் என்றும், மார்கழி நீராடல் என்றும் குறிப்பிடுவர். சிறு மியர் தன் தாய் அருகிருக்க குளத்திலோ, ஆற்றிலோ நீராடல் என்பது அவர்களின் மணவினையை வேண்டியே. இந்நீராடல் அச்சிறு மியரை இன்னுமொரு பருவத்திற்கு கொண்டு செல்ல உதவுதாக பண்டைய நம்பிக்கை தைந்நீராடலாகவும், மார்கழி நீராடலாகவும் போற்றப்பட்டது. திருப்பாவையின் முப்பது பாடல்களும் நீராடலின் மகத்துவத்தை உரைப்பன. அங்ஙனம் அக்குறிப்பிட்ட நாட்களில் நீராடும் மகளிர்க்கு அனைத்து வளமும் கிடைக்கும் என்ற உறுதியும் அப்பாடல்களின் முடிவில் பகரப்படுகின்றது. திருவெம்பாவையும் முன்னதை அடியொற்றியே இயற்றப்பட்டதாகும். இப்பாடல்களில் மழையும், புது வெள்ளமும் சக்தியாக போற்றப்படுகின்றது. மழையை சக்தியாக வருணித்து திருவெம்பாவை பாடல் காட்டுகின்றது. திருமாலின் சக்தியாக திருப்பாவை பாடல் விளக்குகின்றது. எனவே புதிய சக்திக்கும் வளமைக்கும் அந்நாட்களில் நீராடுதல் என்பது நோன்பாக கடைபிடிக்கப்பட்டது தெரியவருகின்றது.

சமூகப் பண்பாட்டு நிலைகளில் நீராடல்

தொல்காப்பியத்தில் காட்சி, கால்கோள் உள்ளிட்ட நீர்ப்படை குறிப்பிடப்படுகிறது. இது நீத்தார் வழிபாட்டில் மிக முக்கியச் சடங்காகும். பிறப்பிற்கு முன் தாயும், பிறந்த பின் மகவின் நீராட்டலும் மிக முக்கியமான சடங்கென பின்பற்றப்படுகிறது. புத்தரின் பிறப்பிற்கு முன் புனித குளத்தில் தாய் நீராடுதல் இங்கு குறிப்பிடத்தக்கது. மகப்பேற்றிற்குப் பின் மகவிற்கு நீராட்டுதல் முதிய நற்பெண்டிரால் நிகழ்த்தப்படுகிறது. திருமணத்திற்கு முன் புனித நீராட்டல் என்பது இன்றியமையாதது.

'உச்சிக்குடத்தர், புத்துஅகல் மண்டையர்
பொதுசெய் கம்பலை முதுசெம் பெண்டிர்
முன்னம் பின்னவும் முறைமுறை தரத்தர'

அகம்.86

இப்பாடல்வரிகள் சங்ககாலத் தமிழரின் திருமண நிகழ்ச்சியைக் காட்டுவதாகும். பிள்ளைகள் ஈன்ற முதுபெண்டிர் தங்கள் தலையில் நீர் நிறைந்த குடத்தினைச் சுமந்து கொண்டும், மண்டை எனப்படும் அகல்களைக் கொண்டவாறும் மணப்பெண்ணை நீராட்ட வருவர்.

பண்டைய காலத்தில் அரசர்களுக்கு நடைபெற்ற முடிசூட்டு விழாவில் பட்டாபிஷேகம் என்பதே சிறப்பிற்குரியது. அரசனை புனித நீர்க்குடங்களில் உள்ள நீரினால் பிராமணர்கள் அபிடேகம் செய்வித்து, பின்னர் முடிசூட்டினர். காஞ்சி வைகுண்டப் பெருமாள் கோயிலில் உள்ள பல்லவர் அரசர்களின் மரபு வழிச் சிற்பத் தொகுதிகளில் ஒவ்வொரு பல்லவ மன்னன் முடிசூட்டு காட்சியினை காட்டும் சிற்பங்கள் அமைக்கப்பட்டுள்ளன. அச்சிற்பங்கள் அனைத்தும் மன்னனுக்கு வேதியர் இருவர் குடங்களில் இருந்து புனித நீரை ஊற்றி நீராட்டுதலைக் காட்டுகின்றன. புறநானூற்றில் இராசசூய வேட்ட பெருநற்கிள்ளி என்னும் சோழமன்னன் குறிப்பிடப்படுகிறான். இராசசூயம் என்பது அரசனின் புனித நீராடலையேக் குறிக்கும்.

அவ்வாறே எதிரி நாட்டின் மீது படையெடுத்து வென்ற பிறகு அரசர்கள் வீராபிஷேகம் செய்து கொண்டார்கள். தஞ்சையை தீக் கிரையாக்கிய பிறகு பொன்னமராவதியில் முதலாம் மாறவர்மன் சுந்தரபாண்டியன் செய்து கொண்ட வீராபிஷேகம் வரலாற்றுச் சிறப்பிற்குரியது. சம்ஹாரம் முடிந்த பின்பு நீராடல் என்பது அதனால் விளைந்த பாவத்தினை நீக்குவதற்காக செய்யப்பட்டது. திருச்செந்தூரில் நடைபெறும் சூரசம்ஹாரத்தின் பின் மக்கள் கடலில் நீராடித் திரும்

புவது இங்கு நோக்கத்தக்கது. மேலும் இராமாயண காவியத்தில் இரா வணனின் வதைக்குப்பின் இராமன் இராமேசுவர கடலில் நீராடியதாக புராணங்கள் கூறுகின்றன.

நீராடல் ஒரு குறியீடு

நீராடல் என்பது உடலைத் தூய்மைப் படுத்துதலுக்காக மட்டும் மேற்கொள்ளப்படும் ஒரு செயல் அன்று. அது உயிர்களின் உலக வாழ்வின் சுழற்சியைக் காட்டும் ஒரு குறியீடாகும். புனித நீர் உடலில் படுவதால், தெளிக்கப்படுவதால் மீண்டு உயிர் பெறும் நிகழ்ச்சிகள் நம் புராணங்களில் மிகுதியுண்டு. பகீரதன் தன் முன்னோர் உயிர்பெற வேண்டி தவத்தினால் கங்கையை பூமிக்கு வரவழைக்கிறான். கங்கையின் நீர் பட்டவுடன் இறந்தவர்கள் அனைவரும் உயிர் பெறுகின்றனர். முனிவர்களின் கையில் உள்ள கமண்டல நீர் இங்கு ஆராயத்தக்கது. அந்நீரினைத் தெளிப்பதால் இறந்தவற்றை உயிர்ப்பிக்கவும், நெறி தவறியவற்றை இறக்கச் செய்ய வும் அவர்களால் முடிகிறது. பெரும்பாலும் முனிவர்களின் சாபங் கள் அவர்தம் கையிலுள்ள கமண்டல நீரைத் தெளித்தபின்னே அளிக்கப் படுகின்றன அல்லது விடுவிக்கப்படுகின்றன. பிரம்மன் படைப்புக் கடவுளாக புராணங்களில் அறியப்படுகிறார். அவர் கையில் உள்ள கமண்டலம் நோக்கத்தக்கது. உயிர்களின் உற்பத்திக்கு பஞ்சபூதங்களில் நீரின் இன்றியமையாமை புரிபடுகிறது.

இறைத்திருமேனிகளுக்கு அபிடேகம் என்னும் நீராட்டல் என்பது இறை வழிபாட்டில் மிகவும் முக்கியத்துவம் வாய்ந்தது. ஒவ்வொரு நாளும் செய்யப்படும் அபிடேகமானது தூய்மைக்கு மட்டுமல்ல. அந்நிகழ்வு பழையன விடுத்து புதியனவாய் தோன்றுதலைக் குறிக்கும் ஒரு குறியீட்டு நிகழ்ச்சியாகும். பன்னிராண்டுகளுக்கு ஒருமுறை நடை பெறும் குடமுழுக்கு என்பதும் மீண்டும் அக்கோயிலில் வீற்றிருக்கும் தேவதைகளுக்கு உயிர் எழுப்புவிக்கும் நிகழ்ச்சியேயாகும். குடத்திலிருந்து நீர் மூலம் அத்தெய்வங்களுக்கு சக்தியூட்டப்படுகின்றன. குடம் என்பது இங்கு குறிப்பிடத்தக்கது. குடம் என்பது தாயின் கருவறையைக் குறிக் கும். அதிலிருக்கும் நீர் தான் சிசுவுக்கு உயிர் கொடுக்கிறது. மேலும் கும்பநீரும் கோயில்களின் கலசங்களின் மீதே ஊற்றப்படுகின்றன. கலசங் கள் பிரபஞ்ச சக்தியை சேமிக்கும் கலன்களாக செயல்படுகின்றன. எனவே அவற்றிற்கு உயிரூட்டலும் கருவறையிலுள்ள கடவுளர்க்கு சக் தியூட்டலும் குடமுழுக்கு விழாவில் நடத்தப்படுகிறது.

ஒவ்வொரு நாளும் சந்திப் பொழுதுகளில் நீராடுதல் அந்தணர்க்கு உரிய கடமையாகக் கூறப்பட்டுள்ளது. சந்தி என்பது (காலைச்சந்தி, மாலைச்சந்தி) ஒன்றிலிருந்து மற்றொன்றிற்கு உருமாறும் காலமாகும்.

இவ்வேளைகளில் செய்யப்படும் நீராட்டு புத்துணர்வோடு உடலுக்கு நன்மையைத் தருவதாகும்.

வீடுகளிலும், கோயில்களிலும் முகப்பில் யானைத்திருமகளின் திருவுருவம் வைக்கப்படுதல் மரபு. அச்செய்யோளை யானைகள் இரு புறமும் நின்று துதிக்கையில் உள்ள குடநீரினால் புனித நீராட்டும் காட்சியே இச்சிற்பத்தில் முக்கியத்துவம் வாய்ந்தது. நாட்டார் வழக்கு களில் பெண் தெய்வங்களுக்கு நடத்தப்படும் மஞ்சள் நீராட்டு என்பது முக்கிய சடங்கு நிகழ்வாகும். பருவமடைந்த பெண்ணிற்கு செய்விக் கப்படும் பூப்புனித நீராட்டு அவள் மற்றொரு பருவ நிலையை எய்தி விட்டதைக் குறிக்கிறது. புலையர் பழங்குடியில் இக்கன்னிப் பெண்ணிற்கு நடத்தப்படும் புனிதநீராட்டு நீண்ட சடங்குகளைக் கொண்டதாக அமைந் துள்ளது. அப்பெண் பூப்படைந்த முப்பது நாட்களுக்கு பின் குளத்திலோ அல்லது நீர்நிலையிலோ ஏழேழு முறை முழுகி எழுந்திருக்க வேண்டும். இது அப்பெண்ணிற்கு தாய்மைச் சக்தியை தருவதாக அம்மக்கள் நம்பு கின்றனர்.

நீர்நிலைகளில் எவ்வாறு நீராடல் வேண்டும் என்பதற்கு புராணங்கள் பல நியதிகளைக் கூறுகின்றன. சான்றாக ஆடையின்றி நீராடல் கூடாது. கிருஷ்ணன் யமுனையாற்றில் நீராடும் பெண்களின் ஆடை களைக் கவர்ந்தமைக்கு இதுவே காரணமாகச் சொல்லப்படுகிறது. சிற்றிலக்கியங்களில் ஒன்றான பிள்ளைத்தமிழின் பத்துப்பருவங்களுள் ஒன்றாக நீராடல் வைத்து பாடப்படுகிறது. இவ்விலக்கியப் பகுப்பு நீராட்டின் முக்கியத்துவத்தையும், சிறப்பையும் எடுத்துக்காட்டுவதாக அமைந்துள்ளது.

திருவெள்ளறையில் உள்ள ஸ்வஸ்திக வடிவக் கிணறு புனித நீராட லினால் உயிர்கள் பெறும் சுழற்சி முறையைக் காட்டும் ஒரு குறி யீடாக வடிவமைக்கப்பட்டுள்ளது. வாழ்வியல் காட்சிகளை நீராடும் குளங்களின் படித்துறைகளில் வடித்து வைத்தல் பண்டைய மரபாக இருந்தது. திருவண்ணாமலை சின்னையன்பேட்டை குளத்தின் படிகளில் வடிக்கப்பட்டுள்ள வாழ்வியல் தொடர்பான சிறபக் காட்சிகள் இங்கு குறிப்பிடத்தக்கது. கோயில்களில் பிற்காலக் கலைப்பாணியாக வசந்த மண்டபங்கள் எழுப்பப் பெற்றன. விசயநகரர் காலத்தில் இம் மண்டபங்கள் அதிக எண்ணிக்கையில் கட்டப்பெற்றன. வசந்த மண்டபங் களில் நீராடல் உற்சவங்கள் நடைபெறும். வசந்த காலங்களில் மக்கள் ஒருவர் மீது ஒருவர் நீரைப் பீய்ச்சியடித்துக் கொண்டு விளையாடும் விழவுச் சடங்கு நாட்டார் வழிபாட்டில் இடம் பெற்றுள்ளது. இந்நீர் குறிப்பாக மஞ்சள் நீராக அமைந்திருப்பது தூய்மையினையும், நோயி னைத் தடுப்பதற்காகவும், மங்களம் வேண்டியும், இனப்பெருக்க வளமைக்

காகவும் மேற்கொள்ளப்படுகிறது. இளம் வயதினரான ஆண், பெண்களே இந்த மஞ்சள் நீராட்டுச் சடங்கில் ஈடுபட்டனர் என்பது வாழ்வியல் சடங்கு நிகழ்ச்சி இது என்பதைக் காட்டுகிறது. வட இந்தியாவில் நடைபெறும் வண்ணநீர் பீய்ச்சியடிக்கும் விழாவானது (ஹோலி பண்டிகை) இதனுடன் ஒப்பிட நோக்கது. இதுவும் மனித இனப்பெருக்க வளமைக்காக மேற்கொள்ளப்பட்ட ஒன்றேயாம்.

ஆக, நீராட்டு என்பது நம் மக்களிடத்தில் உடலுக்கும், மனதிற்கும் வலுவூட்டும் வாழ்வியல் சடங்கு நிகழ்ச்சியாக பண்டிலிருந்து இன்று வரை நடைபெற்று வருவதை உணரமுடிகிறது.

துணை நின்ற நூல்கள்

1. பரிபாடல்
2. அகநானூறு
3. தேவாரம் முதலாம் திருமுறை
4. சிலப்பதிகாரம், கடலாட்டுக் காதை
5. தொல்காப்பியம்
6. கட்டுரையாளரால் மேற்கொள்ளப்பட்ட கோயில்களின் கள ஆய்வுச் செய்திகள்

1. பல்லவ அரசனின் பட்டாபிஷேகத்தின் போது புனித நீராட்டு-காஞ்சிபுரம் வைகுண்டப் பெருமாள் கோயிலில் உள்ள புடைப்புச் சிற்பம்

2. இராமாயணக் காட்சியில் குளியல்-போடிநாயக்கனூர் அரண்மனையில் உள்ள சுவரோவியம்

3. இராமாயணக் காட்சியில் குளியல்-அழகர்கோயில் சுவரோவியம்

4. குளத்தில் நீராடல் - கும்பகோணம் பட்டீசுவரம் சுவரோவியம்

5 மொகஞ்சதாரோவில் உள்ள புனித குளம்

பங்குனி முயக்கம்

பங்குனி மாதம் பொதுவாக தமிழகத்து தென்மாவட்டங்களில் பொங்கல் விழாவாகக் கொண்டாடப்படுகிறது. இப்பொங்கல் விழா பெரும்பாலும் பெண்தெய்வத்திற்கே எடுக்கப்பட்டு வழிபடப்பட்டு வருகின்றது. மாரியம்மன், காளி மற்றும் அனேக பெயருடைய பெண் தெய்வங்களை இம்மாதங்களில் விழாவெடுத்து வழிபடுகின்றனர். இவ் விழாக்கள் பெரும்பாலும் முளைப் பாரி, பொங்கல், அக்னி சட்டி ஏந்துதல், காவடி, தீ மிதித்தல், கரகம் எடுத்தல் முதலிய வழிபாட்டு முறைகளைக் கொண்டுள்ளது. இவையாவும் நேர்த்திக் கடன்களாகவோ அல்லது வேண்டுதல் பொருட்டோ சடங்குகளாகவும், வழிபாடுகளாகவும் நடைபெறுகின்றன. இவ்விரண்டில் எதுவாயிருந்தாலும் அஃது திருமணம், மகப்பேறு, நோயின்மை, மழை, வேளாண் வளமை, கால்நடைகள் பெருக்கம் ஆகியவற்றின் பொருட்டேயாம்.

ஆண்டினை ஆறு பருவங்களாகப் பிரித்து ஒவ்வொரு பருவத் தொடக்கத்தின் போதும் பொங்கல் வைத்து விழாக் கொண்டாடுவது பண்டைய மரபு. குறிப்பாக தமிழர்களுக்கு அது வாழ்வியல் நெறி. அவ்வகையில் பங்குனிப் பொங்கல் உயிர்கள் தளிர்விடும் (பின் பனிக்காலம்) வசந்த காலத்தில் நிகழ்வது குறிப்பிடத்தக்கது.

காமேச்வரியான லலிதா திரிபுரசுந்தரி கரும்பு வில்லும், மலரம்பும் தன் கைகளில் கொண்டுள்ளாள்; அவள் அனங்கனை தன் அதிகாரியாகக் கொண்டு உலகின் சிருஷ்டிக்கு உதவுகிறாள்; வசந்தம் என்னும் காலத்தின் துணை கொண்டு, காமேச்வரியின் கட்டளைக்கிணங்க அனங்கனாகிய மதன் உயிரிகளிடத்தில் காமத்தைத் தூண்டுபவனாக தேரேறி வரு

கின்றான் என்று திரிபுரசுந்தரி வருணிக்கப்படுகிறாள். காமக்கோட்ட நாயகியாக, காம நாச்சியாராக, காமாட்சியாக திகழும் இப்பெண் தெய்வம் வளத்தினை நல்குபவள். அவளை பின்பனிக்காலமான அதாவது மலய மாருதமான அதிக வெயிலற்ற, குளிரற்ற, மழையற்ற பங்குனியில் வழிபடுதல் தொல்மரபாக இருந்துள்ளது.

பொதுவாக, வடஇந்தியர்கள் ஹோலிப்பண்டிகையை பங்குனி மாதப் பூர்த்தியில், பௌர்ணமியன்று அதாவது பங்குனி உத்திரத்தில் தான் கொண்டாடுவர். வடஇந்தியாவில் மாதம் என்பது சந்திரனையும் தமிழகத்தில் மாதம் சூரியனையும் கொண்டு கணக்கிடப்படுவதால் சில ஆண்டுகள் இந்த பண்டிகைகள் மாறிவிடக்கூடும். அதாவது ஒரு மாதம் முன்னதாக வடஇந்தியாவில் அந்நாள் கணக்கிடப்படுகிறது. எனவே மாசி மாத பௌர்ணமியன்று அங்கு ஹோலிப்பண்டிகை கொண்டாடப் படுகிறது. ஹோலிக்கு முதல் நாள் காமதகனமாகவும், அடுத்த நாளான ஹோலியன்று ரதியின் வேண்டுதலால் சிவனருளால் காமன் உயிர்த் தெழுந்த தினமாகவும் கொண்டாடப்படுவதும் உண்டு.

பங்குனி மாதத்தில் உத்திர நட்சத்திரம் வரும் நாள் பங்குனி உத்திரம். பொதுவாக, நம் முன்னோர் ஒவ்வொரு மாதமும் முழு நிலவு தினத்தை (பௌர்ணமியை)ச் சிறப்பாகக் கொண்டாடி வந்துள்ளனர். பொதுவாக மாதங்களின் பெயர்களே, அம்மாதங்களின் முழுநிலவு தின நட்சத்திரத்தின் பெயரை ஒட்டியே வழங்கப்பட்டு வந்துள்ளன. உதாரணமாக சித்திரை மாதத்து முழுநிலவு சித்திரை நட்சத்திரத்தை ஒட்டியே இருக்கும்.

இந்த நாளில் சூரியன் மீனத்தில் குரு வீட்டிலும் சந்திரன் கன்னியில் உத்திர நட்சத்திரத்தில் புதன் வீட்டிலும் நின்று சமசப்தம சேர்க்கை பெறும் நாள் இது. வடமொழியில் உத்திர நட்சத்திரத்திற்கு 'உத்திரபல்குனி' என்பது தான் பெயர். பூர நட்சத்திரத்திற்கு 'பூர்வபல்குனி' என்பது பெயர். 'பூர்வ' என்றால் முடிந்த அல்லது கழிந்த, 'உத்தர' என்றால் பிந்தைய என்று பொருள். பங்குனி மாதத்தின் முழுநிலவுநாள் உத்திர நட்சத்திரத்தை ஒட்டியே வரும்.

பங்குனி உத்திர நாள் சிவபார்வதி, ராமன் சீதா, முருகன்வள்ளி, தெய்வானை திருமணநாளாகவும், வள்ளி பிறந்ததினமாகவும், தேவேந் திரஇந்திராணி திருமண நாளாகவும், ப்ரம்மாசரஸ்வதி திருமண தினமாகவும், வைணவர்களைப் பொறுத்தவரை ஆண்டாள் திருமண மாகவும் காஞ்சி போன்ற தலங்களில் தாயார் திருமண உத்சவங் களாகவும் – பெரும்பாலும் அனைத்து ஆலயங்களிலும் திருமண நிகழ்ச்சியாகக் கொண்டாடப் படுகிறது.

பங்குனியில் நடைபெறும் 'பலிவிழா காணாது போதியோ பூம்பாவாய்' என்று ஞானசம்பந்தர் மயிலைப் பதிகத்தில் பூம்பாவையை வினவுகிறார். இங்கு பலி விழா என்பது திருமண விழவினைக் குறிக்கிறது. கி.பி. 7ஆம் நூற்றாண்டளவிலேயே பங்குனி உத்திர நாள் தாய்த்தெய்வம் ஆண் கடவுளுடன் இணைக்கப்பட்ட நாளாகக் குறிப்பிடப்பட்டுள்ளது.

பங்குனி உத்திர நாளன்று அனுஷ்டிக்கும் விரதத்தை, திருமண விரதம் என்பர். இந்நாளில் தம்பதியர் விரதம் இருந்து சிவன், அம்மனுக்கு அபிடேகம் செய்து, நீண்டநாள் ஒற்றுமையுடன் வாழ அவரது அருளைப் பெறலாம். திருமணமாகாத பெண்கள் இந்த விரதத்தை கடைபிடித்தால் பக்தியுள்ள கணவர் கிடைப்பார் என்பது நம்பிக்கையாக கொள்ளப் படுகிறது.

அகநானூறு நூற்றி முப்பத்தேழாம் பாடலில் உறையூர் முதுகூத்தனார் என்னும் புலவர்.

'வென்று எறிமுரசின் விறல் போர்ச் சோழர்
இன் கடும் கள்ளின் உறந்தை ஆங்கண்
வரு புனல் நெரிதரும் இரு கரைப் பேரியாற்று
உருவ வெண் மணல் முருகு நாறு தண்பொழில்
பங்குனி முயக்கம் கழிந்த வழிநாள்
வீ இலை அமன்ற மரம் பயில் இறும்பில்
தீ இல் அடுப்பின் அரங்கம் போல
பெரும் பாழ் கொண்டன்று நுதலே'

என்னும் பாடற்பகுதியில், 'தலைமகன் பிரியப்போகிறான்' என நினைத்து வேறுபட்ட தலைமகளின் நிலையைக் கூறும்போது, 'திருவரங் கத்தில் பங்குனி உத்தரத் திருநாளின் போது, மக்கள் மிகுதியாகத் திரண்டு காவிரியின் இருகரைகளிலும் உள்ள சோலைகளில் தங்கியிருந்த போது பொலிவுடையதாகத் தோன்றிய அச்சோலைகள், அவ்விழாவின் முடிவில் அனைவரும் அரங்கத்தைவிட்டுப் போனபின் பொலிவிழந்து தோன்றுவதுபோல், தலைமகன் பிரிவை எண்ணிய தலைமகளின் நெற்றியும் பொலிவிழந்து தோன்றுகிறது' என்கிறார். இன்றும் திருவரங் கத்தில் பங்குனி பிரம்மோத்ஸவம் நடைபெறுவது அனைவரும் அறிந்தது. அந்த விழா சங்க காலத்திலேயே நடந்துவந்தது என்று இப்பாடலிலிருந்து தெளிவாகத் தெரிகிறது.

ஸ்ரீரங்கத்தில் சேர்த்தி வைபவம் நடைபெறுவது குறித்து ஒருவரலாறு உண்டு. இவ்வாலயத்தில் பங்குனி மாதம் நடைபெறும் 'ஆதிபிரம்மோற்

சவம்' விபீஷணனால் தொடங்கப்பட்டது என்று புராணங்கள் தெரிவிக்கின்றன. இதன் ஆறாம் நாள் உற்சவத்தின் போது உறையூரில் அருள் பாலிக்கும் சோழகுலவல்லியான கமலவல்லி நாச்சியார் சந்நிதிக்கு செல்கிறார் நம்பெருமாள். இருவரும் திருமணக் கோலத்தில் காட்சியளிப்பார்கள். ஸ்ரீரங்கநாதரான அழகிய மணவாளன், ஒரு பங்குனி மாதத்தில் உறையூர் அருகே வேட்டையாடச் சென்றார். அப்போது அவர் கமலவல்லியைச் சந்தித்தார். ஸ்ரீகமலவல்லியே சோழமன்னனின் மகளாகப் பிறந்திருந்தார். இருவரும் ஒருவரை ஒருவர் விரும்பினர். அண்ணலின் மார்பில் இருக்கும் மகாலெட்சுமியின் அனுமதியின் பெயரில்தான் உறையூர் நாயகியை மணக்கிறார். ஆயினும் தேவி அரங்கரோடு ஊடல் கொள்கிறாள். ஊடல் தீர்க்குமுகமாக இறைவன் பேசுகிறார். இப்படிப் போகிறது திருவரங்கத்தின் தலபுராணம். இன்றும் காவிரிக் கரையில் உள்ள திருவரங்கத்தில் 'சேர்த்தி வைபவம்' நடைபெறும் இவ்விழாவானது சங்க இலக்கியத்தில் மருதத்துறையில் குறிப்பாக வையை நதியில் பிற பெண்டிரோடு புனலாடி களித்து இல் திரும்பும் தலைவனின் ஊடலைக் காட்டுவதாக உள்ளது இங்கு குறிப்பிடத்தக்கது. வாழ்வியல் வழிபாட்டிற்கானது.

தென்மாவட்டங்களில் இன்றும் பங்குனிப் பொங்கல் விழாவின் போது திருமணமாகாத இளம் பெண்கள் நூற்றுக்கணக்கானோருடன் பலர் குடும்பம் குடும்பமாக ஆங்காங்கே அமர்ந்திருப்பர். உறவினர்கள் மூலம் மாப்பிள்ளை வீட்டார் திருமணத்துக்குத் தயாராக உள்ள பெண்கள் பற்றியும், பெண் வீட்டார் மாப்பிள்ளை வீட்டாரைப் பற்றியும் உடன் வந்திருந்த உறவினர்கள் மூலம் ஒருவருக்கொருவர் விசாரித்துக் கொண்டு மண ஒப்பந்தங்களை பேசி முடித்து, மாரியம்மன் கோயிலில் உறுதியெடுப்பர். இவ்வாறு மணநிகழ்வு நடைபெறும். இம்முறை பண்டைய தொல்குடிகளின் இணைவு விழவின் எச்சமாகக் கருதலாம். சமூக மாற்றத்தில் முறைமைப் படுத்தப்பட்டமையால் இந்நிகழ்வுகள் பண்டைய இணைவிழைச்சின், இணை தேடுதலின் எச்சமாக நின்று விட்டது என்று கூறலாம்.

இறையனார் களவியல் உரையில் தலைவி இல்லத்தை விட்டு வெளியே வரக்கூடாத நாட்களில் ஒன்றாக பங்குனி உத்திரம் சொல்லப் படுகிறது. அன்றைய நாளன்று என்ன நிகழ்வுக்காக அவள் தடைபடுத்தப்பட்டிருந்தாள்? இதன் காரணத்தை கருத்தில் கொண்டால் சமூகம் வரன் முறையற்ற இணைவிலிருந்து முறைமைப்படுத்தப் பட்டிருந்தது எனக் கொள்ளலாம். காமன் எரிக்கப்பட்டதும், பின்பு சிவ பார்வதி திருமணத்தினையடுத்து கார்த்திகேயன் பிறப்பு என்பதும் கருத்திற் கொள்ள வேண்டிய ஒன்று. புராணங்கள் சில வாழ்வியல் கோட்பாடுகளை உள்ளடக்கியுள்ளதை மறுக்கவியலாது.

கொடுங்களூரின் பகவதி கோயில் விழாவில் பாடப்படும் பாடல்கள் இனப்பெருக்கத்தின் வளமையை நாடுவனவாக அமைந்துள்ளன. கேரளத்தின் திருச்சூர் பூரம் திருவிழா உற்று நோக்கி ஆராயத்தக்கது. ஆனால் இன்று அவ்விழா பகவதியை கொண்டாடுகிறது.

தமிழகத்தின் கோயில்களில் நடைபெறும் பங்குனிப் பெருவிழா பங்குனி உத்திரத்தன்று தெய்வத் திருமணங்களின் விழாவாக முத்தாய்ப்புப் பெறுகிறது. குறிப்பாக திருவான்மியூர், மயிலை கபாலீச்சுவரம், திருப்பரங்குன்றம், மதுரை, அழகர்கோயில் ஆகிய தலங்களைக் குறிப்பிடலாம். மேலும் மணமக்களான தெய்வங்கள் தெப்பத்தில் உலா, வீதியுலா, பள்ளியறை என வாழ்வியல் சார்ந்த நிகழ்வுகளை செய்வதாக விழாக்கள் நடத்தப்படுகின்றன. இதனை உற்றுநோக்குங்கால், பழங்குடி இனங்களின் வாழ்வு சார்ந்த நிகழ்வுகள் இறைமைக்கு முறைமைப் படுத்தப்பட்டு, அந்நிகழ்வு காண்போர் முக்தி பெறுவதாக கூறப்படுகிறது. நிகழ்வினைச் செய்வோர் நிகழ்வு கண்டு மறு உலக நம்பிக்கையில் மயங்கி நிற்பதாகத் தெரிகிறது. வாழ்வியல் நடப்புகள் பக்திமையானது ஓர் அகழப்படவேண்டிய தொல்லியல் என்றே கருதவேண்டியுள்ளது.

குறிப்புதவிகள்

1. அகநானூறு
2. இறையனார் களவியல் உரை
3. உலகாயதம், தேவி பிரசாத் சட்டோபாத்யாயா, நியு செஞ்சுரி புக் ஹவுஸ், சென்னை.
4. Tamil Temple Myths: Sacrifice and Divine Marriage in the South Indian Saiva Tradition, David Dean Shulman, Princeton Legacy Library, published in 1980
5. கோயிலொழுகு – ஸ்ரீரங்கநாதர் கோயில் வரலாறு, Shri.Krishnamachari Publisher: Srivaishnava Sri Srirangam
6. அருள்மிகு தெய்வத் திருமணங்கள், நாகர்கோவில் கிருஷ்ணன், கற்பகம் புத்தகாலயம் பதிப்பகம்
7. கட்டுரையாளரின் களஆய்வுத் தரவுகள்

1. ஆயர் குல இணையர், மாமல்லபுரம் இராமானுஜர் மண்டபம்

2. இராமாயணக் காட்சியில் மஞ்சள் நீராடல்-போடிநாயக்கனூர் அரண்மனை சுவரோவியம்

3. திருமணக்கோலத்தில் சிவனும் உமையும் தஞ்சாவூர் செப்புத்திருமேனி

4. தலைவனும் தலைவியும் திருவரங்கத்தில் உள்ள தந்தச் சிற்பம்

பழந்தமிழகத்தில் பெண்தெய்வ வழிபாட்டு மரபு

(பெண் தெய்வப் படிமங்கள் பற்றிய ஒரு சமூகவரலாற்று நோக்கு)

இந்தியத் துணைக்கண்ட வரலாற்றில் மிகப் பழமையான பனுவல்களில் ஒன்றான வேதங்கள் ஆண் தெய்வங்களைத்தாம் அதிக அளவில் போற்றுகின்றன. ஆயினும், சிந்து வெளியில் பெண் தெய்வ உருவங்கள் மிகுதியாகக் கிடைத்துள்ளன. தமிழகத்திலும் தொல்காப்பியம் திணை சார் தலைமைத் தெய்வங்களாக ஆண் தெய்வங்களையே கூறுகின்றது. தமிழகத்தின் தொல்பழங்காலச் சின்னங்களிலும் ஓவியங்களிலும் பெண் தெய்வப் படிமங்களே அதிகமாகக் காணப்படுகின்றன. பண்டைத் தமிழகத் தொல்லியல் சான்றுகளும்கூட பெண் தெய்வங்களை முதன்மைப்படுத்திக் காட்டுகின்றன. இம்முரண்பட்ட நிலைகளை விளங்கிக் கொள்ள, வழிபாட்டு மரபுகள் பற்றியும் மக்களின் சமய நம்பிக்கைகள் பற்றியும் ஆராயும்போது பனுவல்களை ஆதாரங்களாகக் கொள்வதோடு, அதற்கு இணையாகத் தொல்லியல் தரவுகளையும் படிமங்களையும் சமூகவரலாற்று முறையியல் நோக்கி ஆராய்வது அவசியம். காரணம் எழுத்து வடிவிலான பனுவல்கள், அந்தந்தக் கால உயர்குடிகளால் உருவாக்கப்பட்டுப் பேணப்பட்டுவருகின்றன. இதற்கு மாறாகத் தொல்லியல் தரவுகள் எளிய மக்கள் சார்ந்த புழங்குப் பொருட்களாக இருக்கும் வாய்ப்புப் பெற்றவை. ஆகவே பனுவல் தரவுகளோடு, தொல்லியல் தரவுகளை இணைத்து ஆராய்வதன் வழியாக, இவ்விரு வகைத் தரவுகள் அளிக்கும் முரண்பட்ட தோற்றங்களுக்கு இடையிலான உட்தொடர்புகள் விளக்கம்பெறும். அத்தோடு, வழிபாட்டு மரபுகளின் படிமலர்ச்சியையும், அதன் அடிநிலையாக விளங்கும் சமூக உருவாக்கங்களின் படிமலர்ச்சியையும் விளங்கிக் கொள்ள இயலும்.

இந்த நோக்கில் இக்கட்டுரை தமிழகத்தில் பிற்காலச் சோழர் காலம் வரையான சில பெண்தெய்வப் படிமங்களை ஆய்வுக்கு உட்படுத்த முயலுகின்றது. இது ஒரு தொடக்கநிலை ஆய்வாக அமைவதால்

விடுபடல்களும், வாத ஒழுங்கின்மையும் தெட்டெனப்படும். ஆயினும் இக்கட்டுரையில் பயன்படுத்த ஆய்வுமுறையை மேலும் வன்மையுடன் பயன்படுத்த வேண்டிய தேவையை, இக்கட்டுரை நன்கு வலியுறுத்திக் காட்டும் என நம்புகிறேன். இக்கட்டுரை தொல் திணை மரபு, சிரமண மரபு, வளமை மரபு ஆகிய மூன்று நிலைமாறுதல்களையும் அவற்றுக் கிடையிலான தொடர்ச்சியையும் எடுத்துக்காட்ட முயல்கின்றது. இம்மூன்று நிலைமாறுதல்களுக்கு தொல்வரலாற்றுக் காலத்திலிருந்து இடைக்காலம் வரையான சமூகமாற்றத்தின் நிலைமாறுதல்கள் காரணி களாக ஆகலாம். ஆயினும் இதுபற்றி இக்கட்டுரை விரித்துப்பேச முற்பட வில்லை.

1. தொல் திணை மரபு

கற்காலமும் சிந்துவெளியும்

சிந்துச்சமவெளிப் பகுதிகளில் கிடைத்துள்ள உருவங்களும், முத்திரை களும் பெரும்பாலும் பெண் படிமங்களைத் தாங்கியதாகவே அமைந் துள்ளது. ஒரு முத்திரையில் பெண் உருவம் இருபுறத்திலும் பாய்ந்து தாக் கவரும் இரு புலிகளை இரு கைகளாலும் நடுவில் நின்று தாக்கிக் கொல்லும் காட்சி காட்டப்பட்டுள்ளது. விலங்குகள் அனைத்தும் சுற்றி நிற்க நடுவில் யோக நிலையில் அமர்ந்துள்ள பசுபதி என்று ஜான் மார்ஷலால் அடையாளப்படுத்தப்பட்ட முத்திரையில் காணப்படும் தெய்வம், பெண் தெய்வம் தான் என்று தற்போது வலுவாக முன்வைக்கப்படுகிறது. ஏனெனில் அவ்வுருவம் முழங்கை வரை அணிந்துள்ள வளையணிகள் மற்றும் மார்பகப் பகுதிகளைக் கொண்டு இக்காரணக்கருதுகோள் ஏற்றுக் கொள்ளப்படுகிறது. மற்றொரு முத்திரையில் காணப்படும் காட்டெரு மையின் தலையில் மோதி அடக்கும் உருவமும் பெண்தான் என்று அடையாளப்படுத்தப்படுகிறது.

மேலும் அங்குக் கிடைத்துள்ள நடனப் பெண் என்று முதலில் கூறப்பட்ட வெண்கலச்சிலை தற்போது வரலாற்று ஆய்வாளர்களால் அப்பகுதியை ஆண்ட அரசி என்பதாகக் கருதப்படுகிறது. அப்பெண் நிற்கும் தோரணையும், அவள் கைகள் அமைந்த பாணியும் மற்றும் அணிகலன் களும் இக்கூற்றை உறுதிப்படுத்துகின்றன. மற்றொரு முத்திரையொன்றில் மரத்தின் நடுவே பெண் தெய்வம் ஒன்று நின்றிருக்க, அதனை மண்டியிட்டு வழிபடும் ஒரு மனிதனும், அவனருகில் ஒரு காளையும் காட்டப் பட்டுள்ளனர். மேலும் ஏழு பெண்கள் வரிசையாக கைகளைக் கோர்த் தபடி நின்றுள்ளனர். இதில் காட்டப்பட்டுள்ள ஏழு பெண்கள், சப்த கன்னிமார்களாக இருக்கலாம்.

இந்தப் படிமங்கள் அனைத்தும், பிற்கால இந்தியப் பண்பாட்டில் நிறைந்துள்ள பெண் தெய்வப் படிமங்களுக்கான தோற்றுவாய் சிந்துவெளிப் படிமங்கள் என முதலில் ஆய்வாளர்களைக் கருத வைத்தன. ஆனால்துணைக்கண்டம்முழுவதும்பரவியிருந்தபழைய,புதியகற்காலச் சின்னங்கள்தாம் சிந்துவெளிப் படிமங்களின் மூல ஊற்றாய் அமைந்தன எனப் பின்னர் புலப்பட்டது. அத்தோடு பழைய, புதிய சின்னங்களின் நேரடித் தொடர்ச்சியாய் தென்னிந்தியாவில் பெருங்கற்காலச் சின்னங்கள் அமைகின்றன.

பெருங்கற்காலம்

மோட்டூர் (திருவண்ணாமலை), உடையாநத்தம் (விழுப்புரம்), சித்தன்னவாசல் (புதுக்கோட்டை) ஆகிய ஊர்களில் உள்ள பெருங்கற் சின்னமான விசிறிக்கல் அல்லது பறவைக்கல் என்றழைக்கப்படுகின்ற உருவமைந்த வடிவங்களும் (Anthropomorphic) தாய்த்தெய்வம் என்றே கருதத்தக்கன. இந்தக் கருத்தினை உறுதிப்படுத்தும் வகையில் ஆந்திரத்தில் கிடைத்த சிலுவைச் சிற்பங்களில் மார்பகங்கள் காட்டப் பெற்றுள்ளன. இந்த விசிறிக்கல் பண்டையத் தமிழரின் தாய்வழிபாட்டு முறை சின்னங்களில் ஒன்று. இந்த தாய்தெய்வ வழிபாட்டு சின்னங்களில் தலைப் பகுதி சிறிதாகவும் உடல்பகுதியாகக் காட்டப்படும் பகுதி பெரிதாகவும் இருக்கும். தாய்த்தெய்வ வழிபாட்டில் உருவமைதிகளில் இனப்பெருக்க வளமைக்கான குறிகளே பெரிதாக காட்டப்பட்டுள்ளன. கும்பகோணத்தில் (தாராசுரம்) சக்கராயி வழிபாட்டில் தேவிக்கு தலைக்கு பதிலாக தாமரை மலர் ஒன்று பொருத்தப்பட்டுள்ளது. இத்தாய்த்தெய்வம் வட இந்திய மரபின் லஜ்ஜாகௌரி வழிபாட்டினை ஒத்தது.

தொல்பழங்கால ஓவியங்களில் காட்டப் பெறும் பெண்ணுருவங்கள் தாய்த்தெய்வத்தைக் குறிக்கின்றன. சில குகைகள் உள்ளூர் மக்களால் கன்னி ஆத்தா என்று பெயரிட்டு அழைக்கப்படுவது குறிப்பிடத்தக்கது. வெள்ளருகம்பாளையத்தில் ஓவியத் தொகுப்பில் முக்கோண உருவமும், முக்கோணத்தின் இருபுறமும் இருவட்டங்களும் காட்சிப்படுத்தப் பெற்றுள்ளது. இது தாய்த் தெய்வத்தைக் குறிப்பிடுகின்றது என்று கொள்ளவேண்டும்.

தாந்திரிக வழிபாட்டில் முக்கோணம் பெண்ணின் யோனியைக் குறிக்கின்றது. அது உலக உற்பத்தியின் சின்னம். ஆகவே அது வளத்தின் சின்னமாய்க் கருதி வழிபடப்படுகின்றது. இந்த முக்கோணம் பிற்காலத்தில் ஸ்ரீவத்ஸம் அல்லது 'திருமறு' என்னும் பெண் தெய்வப் படிமமாக வளர்ச்சியடைந்தது. ஸ்ரீவத்ஸத்தின் உருவமைதியை நோக்குகையில் தமிழகத்தின் பெருங்கற் சின்னங்களில் வைக்கப்பட்டுள்ள விசிறிக்கல்லின் உருவ அமைப்பை ஒத்துள்ளது. செம்பினால் ஆன இத்தகைய வடிவங்கள்

கங்கைச் சமவெளியில் அகழாய்வில் அதிகம் கிடைத்துள்ளன. அவை அங்கு 'அதிதி' என்னும் தாய்த்தெய்வமாக அங்கு கருதப்படுகிறது. அதிதி என்பவள் தேவர்களின் தாயானவள்.

பெரியநாயக்கன் பாளையத்திற்கு மேற்கே எட்டு கி.மீ. தொலைவில் உள்ள கோவனூர் மலையில் அழகுநாச்சி அம்மன் என்ற பெயரில் கோயில் உள்ளது. குகை முகப்பில் சில பெண்ணுருவங்கள் உள்ளன. ஆனால் சுவர் போன்ற அமைப்பில் உள்ள குகைப் பாறைகளில் தொல்லோவியங்கள் உள்ளன. பல மனித உருவங்கள் வரையப் பெற்றிருந்தாலும் ஆண்பெண் உருவங்களை பிரித்தறிய முடியவில்லை. இருப்பினும் அழகுநாச்சி அம்மன் என்ற பெயரில் வழிபாடு செய்யப் பெறுகின்றது. அடிவாரத்தில் குளமும் உள்ளது. அழகுநாச்சி மாத்வ பிராமணர்களின் குல தெய்வம் என்பது குறிப்பிடத்தக்கது. பழங்குடித் தெய்வத்தை பிராமணர்கள் குல தெய்வமாக ஏற்றுக் கொள்வது புதுமையன்று. பேரூர் அங்காளம்மன், கும்பகோணத்துப் பிராமணக் குடும்பத்திற்குக் குல தெய்வமாக விளங்கு கின்றது. இதனுடன் வங்காளப் பிராமணர் சந்தால் பழங்குடித் தெய் வங்களை தங்கள் தெய்வமாக வரித்துக் கொண்டுள்ளனர் என்பது ஒப்புநோக்கத்தக்கது.

தொல்பழங்கால பாறை ஓவியங்களில் வரையப்பட்டுள்ள பெண் உருவங்கள் சில வேட்டைச் சமூகத்தில் அவள் தெய்வமாக போற்றப்பட்ட நிலையைக் காட்டுவனவாக அமைந்துள்ளன. தமிழகத்தில் மறையூர், வெள்ளருக்கம்பாளையம், கரிக்கையூர் போன்ற இடங்களில் தாய்த் தெய்வத்தின் உருவங்கள் வரையப் பெற்றுள்ளமை குறிப்பிடத்தக்கது. மறையூர் ஓவியத்தில் பெண் தெய்வத்தைச் சுற்றி மான்கள் காட்டப் பட்டுள்ளன. இது கொற்றவையின் தொல்வடிவமாகும். கொடைக் கானல் ஓவியம் ஒன்றில் அம்மனுக்கு பலியிடுவதற்கு ஆடு ஒன்றை ஊர்வலமாக அழைத்துச் செல்வதைப் பார்க்கலாம்.

குறிஞ்சித் திணையும் கொல்லிப் பாவையும்

சங்க இலக்கியத்தில் அணங்கு என்ற சொல் பல பொருள்களில் வழங்கப் பெற்றுள்ளன. வருத்தம், இறந்து விடுதல், நோய் அச்சம், கொலை, தெய்வம், மையல் நோய், தெய்வ மகள், வருத்திக் கொல்லும் தெய்வ மகள், தெய்வத்திற்கொப்பான மாதர், வெறியாட்டு, பேய், அழகு, வடிவு, குட்டி, சண்டாளன் ஆகிய இவற்றில் பல பொருட்கள் குறிஞ்சி நிலத்தோடு தொடர்புடைய பழக்கவழக்கங்களை அடிப்படையாகக் கொண்டது. அல்லது நம்பிக்கைகளை அடிப்படையாகக் கொண்டது. மேலும் அணங்குடை பௌவம், அணங்குடை பகழி, அணங்குடை பாம்பு என்று சங்க இலக்கியம் கூறும். இந்தக் குறிப்புகள் அணங்கு என்பது அச்சம் தருகின்ற அல்லது வருத்தம் தருகின்ற என்ற பொருளில் வழங்கப் பெறுகின்றன.

மேலே கூறப்பெற்ற பொருள்களில் இறப்பு, கொலை, வருத்திக் கொல்லும் தெய்வ மகள், பேய் ஆகிய பொருட்கள் குறிப்பிடத்தக்கவை. இந்தப் பொருட்கள் தாய்த்தெய்வத்தின் ஆற்றலையும், சுடுகாட்டோடு தொடர்புடைய இறப்பையும் சுட்டி நிற்கின்றன. ஒரு வகையில் ஆவி வழிபாட்டுடன் தொடர்புடையவை.

ஆஸ்திரேலிய பழங்குடியினர் இறந்துபட்டவனுடைய உயிர் மரப் பொந்துகளிலும், மலை உச்சிகளிலும் தங்கியிருக்கும் என்று நம்பினார் கள். அந்த ஆவிகளை பலியிட்டு வழிபட்டால் வாழ்வில் வளம் கிடைக் கும் என்று நம்பினர். அந்த ஆவிக்குரியோரை ஓவியமாக வரைந்து வழிபட்டனர். ஆவிகள், பேய்கள், மாந்திரீகங்கள் ஆகிய நம்பிக்கைகள் பெரும்பாலும் உலகெங்கிலும் இன்றுவரை பெண்ணைச் சார்ந்தே இயங்கி வருகின்றன என்பது கண்கூடு. பிறப்பிற்கு முதலியான பெண், இறப்புக்கும் தொடர்புடையவளாய் சுடுகாட்டில் உறைபவளாகக் கருதப்பட்டாள்.

கொல்லிப்பாவை ஒரு பெண் தெய்வம். அது குறிஞ்சி மக்கள் நம்பிய, மலையில் உறைந்த அணங்கு. கொல்லிப் பாவையைப் பற்றி சங்க இலக்கியத்தில் பரவலாகப் பேசப் பெறுகின்றது. குறுந்தொகையில் *89*, *100* ஆகிய பாடல்களில் கொல்லிப்பாவை பற்றிக் குறிக்கப் பெறுகின்றது. முதல் பாட்டில்,

'பெரும்பூண் பொறையன் பேஎம் முதிர் கொல்லிக்
கருங்கட் தெய்வம் குடவரை எழுதிய
நல்இயல் பாவை....'

(குறுந்.89)

அடுத்த பாட்டில்,

'காந்தள் அம் சிலம்பில் சிறுகுடி பசித்தென
கடுங்கல் வேழத்துக் கோடு கொடுத்து உண்ணும்
வல்வில் ஓரி கொல்லிக் குடவரை பாவை... '

(குறுந்.100)

முதற்பாட்டில் பொறையன் பேம் முதிர் கொல்லி என்றும், இரண்டாவது பாட்டில் வல்வில் ஓரிக் கொல்லி என்றும் குறிக்கப் பெறு கின்றது. கபிலர் காலத்தில் ஓரிக்குரியதாக கொல்லி இருந்தது. பரணர் காலத்தில் பொறையன் (சேரன்) கொல்லி என்று அழைக்கப் பெறுகின்றது. கபிலரும் பரணரும் சமகாலத்தவர்கள் ஆகையால் இந்த மாற்றம் எப்போது நிகழ்நதது என்று கூறுவது கடினம். இது தனியே ஆய்வு செய்யப் பெற வேண்டும். இங்கு நமக்கு கொல்லிப் பாவையைப் பற்றிய

ஆய்வு முதற் தேவை. முதல் பாட்டில் 'கருங்கட் தெய்வம் குடவரை எழுதிய நல்லியல் பாவை' என்று கூறுவது எடுத்துக் காட்டத்தக்கது. கொல்லிப் பாவையை கரிய கண்ணை உடைய தெய்வம் வரைந்து வைத்தது என்பது இதன் பொருள். இந்த ஓவியம் சங்க காலத்திற்கு முன் பல நூற்றாண்டுகளுக்கு முன் வரையப் பெற்றிருக்க வேண்டும். அதனால் தான் சங்கப் புலவர்கள் தெய்வம் வரைந்த பாவை என்று பாடினர். இந்தக் கருத்தினை வலியுறுத்தும் வகையில் நற்றிணைப் பாடல் ஒன்று அமைந்துள்ளது.

'பயம் கெழு பலவின் கொல்லிக் குடவரைப்
பூதம் புணர்த்த புதிதியல் பாவை
விரிகதிர் இளவெயில் தோன்றி அன்ன'

(நற்.192)

இந்தப் பாடலில் பூதம் புணர்த்த புதிதியல் பாவை என்று கூறுவது எடுத்துக் காட்டத்தக்கது. தொல் பழங்கால ஓவியம் வரையப் பெற்று பலவாயிரம் கடந்த நிலையில் பூதம் வரைந்த ஓவியம் என்று கூறும் நிலை ஏற்பட்டது.

பெண் தெய்வங்கள் கையில் மலர் மற்றும் கிளி வைத்திருத்தல் என்பது குறிஞ்சி நிலத்து தலைவியின் செயலை நினைவு படுத்துதலாகும். தந்தை விதைத்த மெல்லிய தினையைக் கொய்து கொண்டு போமாறு மெல்ல மெல்ல வருகின்ற சிறிய கிளிகளை வெருட்டுதல் பொருட்டு கிளிகடி கருவி பொருந்திய கையையுடைய கொடிச்சியானவள் சிறிய தினைப் புனத்துப் பெரிய மேற்கூரை உடைய கட்டுப் பரணிலே நின்ற நிலைமையை நற்றிணைப் பாடலொன்று (306) பதிவு செய்துள்ளது. கையில் மலரும் தோளில் கிளியும் கொண்டு முருகியல் உணர்வைத் தூண்டும் வகையில் வடிக்கப்பட்டுள்ள பெண் தெய்வங்களின் சிற்ப வமைதி இப்பாடலை காட்சிப்படுத்துகின்றது எனலாம்.

குறிஞ்சியின் தெய்வம் கொற்றவை. அவள் வேட்டைக்குரியவள். இது முந்தைய நிலை. அதாவது சமூகம் ஆண் தலைமைக்கு மாறுவதற்கு முன்பிருந்த நிலை. பின்பு அவள் தன் நிலையை அவள் குழவி சேயோனுக்கு அளித்திருக்கலாம். அக்கொற்றவை சிறுவன் பழையோளின் மகன் என்ற உயர்வினாலேயே முதலில் சமூகத்தின் தலைமையிடத்தைப் பிடித்திருக்க வேண்டும்.

குறிஞ்சியும் முல்லையும் கொற்றவையும்

தொல்காப்பியம் வெட்சித்திணைத்துறைகள் பற்றிக் கூறும்போது கொற்றவை நிலை என்ற ஒரு துறை பற்றிக் கூறுகின்றது. இந்தத் துறையைப் பற்றி விளக்கும்போது இளம்பூரணர் கொற்றவையின் சிறப்புப்பற்றிக்

கூறுவது என்றும் குறிஞ்சிக்கு முருகன் மட்டுமின்றி கொற்றவையும் நிலத்தெய்வம் என்றும் கூறியுள்ளார். வெட்சித்திணை நிரைகவர்தல் பற்றியது. அத்திணையில் கொற்றவை நிலை ஒரு துறையாகக் கூறப் பெறுவதால் கொற்றவை வழிபாடு வெட்சி வீரர்களுக்குரியதாக எடுத்துக் கொள்ளலாம். நிரையை வெற்றியுடன் கவர்ந்த மழவர்கள் வேம்பில் (வேப்பமரம்) உறையும் தெய்வத்திற்குக் குருதிப்பலி இட்டு வழிபாடு செய்வர் என்று அகப்பாடல் ஒன்று கூறும்.

'வயவாள் எறிந்து வில்லின் நீக்கி
பயநிரை தழீஇய கடுங்கண் மழவர்
அம்புசேண் படுத்து வன்புலத்து உய்த்தென
தெய்வம் சேர்ந்த பராரை வேம்பின்
கொழுப்பா வெறிந்து குருதி தூஉய்
புலவுப் புழுக்குஉண்ட வான்கண் அகலறை'

(அகம்.309:16)

மறவர்களும் கொற்றவையை வழிபட்ட செய்தி சங்க இலக்கியத்தில் கூறப்பெறவில்லை. குறிஞ்சியும் முல்லையும் நிலைமாறுதலால் உரு வாகும் திணையான பாலை நிலக் கள்வர்களும் கொற்றவையை வழி பட்டனர். பாலைநிலத்து மக்கள் கொற்றவையை வழிபட்டதை அகப் பாடல் **(63, 337)** தெரிவிக்கிறது.

கொற்றவை கானகத்தில் உறைபவள். அவள் கானமர் செல்வி, காடு கிழாள், காடுகிழத்தி, பழையோள், பெருங்காட்டுக் கொற்றி எனப் பல பெயர்களால் அறியப்படுகிறாள். 'கானமர் செல்வி' (அகம்.**89, 345**) என்று அகப்பாட்டில் குறிப்பிடப்பெறும் கொற்றவை வனத்திற்குரியவளாக (ஆரண்யம்) முல்லைத்திணைக் கடவுளாகவே காட்டப்பெறுகிறாள். கடம்பவனம் என்னும் புராணங்களால் போற்றப்படும் மதுரையில் முல்லைத்திணையின் ஆதிகுடிப்பெண்ணான மாதரி... பூங்கணியக் கிக்குப் பான்மடை கொடுத்துப் பண்பிற் பெயர்வோள் என்று அங்குள்ள பெண் தெய்வத்திற்கு பாற்சோறு கொடுத்து வழிபட்டதினை சிலம்பு பதிவு செய்கின்றது. ஆனால் 'பெருங்காட்டுக் கொற்றி' (கலி.மரு.கலி.**24**) என்று கலித்தொகையில் காட்டப்படுபவளோ சுடுகாட்டில் உறைபவள். ஏனெனில் காடும் கானமும் வெவ்வேறான புலங்களாகவே சங்க இலக் கியப் பாடலொன்று காட்டுகின்றது.

சிலப்பதிகாரம் வேட்டுவ வரியில் கொற்றவை வழிபாட்டை விரி வாகப் பேசியுள்ளார் இளங்கோவடிகள். கொற்றவை வடிவத்தைப் பற்றிக் கூறும்போது வடநாட்டுத் துர்க்கையின் படிமக்கலை மரபுகள் கலந்துள்ளன. அவளுடைய அணிகலன்கள், ஆடைகள், கைகளில் வைத் துள்ள சின்னங்கள், எருமை மீது நிற்கும் நிலை ஆகியவை வடநாட்டு

மரபிலிருந்து பெறப்பெற்றவை. வேட்டுவ வரி கூறும் கொற்றவை வடி வமும் வழிபாடும் புராண மரபு மிகுந்து காணப்பெறுவதொன்றாகும். சிவனுக்குரிய அடையாளங்களெல்லாம் கொற்றவைக்கு உரியதாகக் கூறுவது குறிப்பிடத்தக்கது. கொற்றவையைச் சிவனுடைய மனைவி யாகக் காட்டும் முயற்சியின் தொடக்க நிலையை இது காட்டுகின்றது.

கொற்றவையை எயினர்கள் வழிபடுகின்றனர். ஓர் இளம் பெண்ணை கொற்றவை வேடமிட்டு குறிச்சி (வேட்டுவ ஊர்) வீதிகளில் ஊர்வலமாக அழைத்து வருகின்றனர். அந்தக் காட்சியை இளங்கோ அடிகள் அழகாக வருணித்துள்ளார். ஆயினும் வேட்டுவ வாழ்வில் பயிலாத பல கூறுகள் இளங்கோ வருணிக்கும் கொற்றவை படிமத்தில் இணைந்துள்ளன. வட தமிழகத்தில் கிடைத்துள்ள கொற்றவை உருவங்கள் கி.பி.5ஆம் நூற்றாண்டைச் சேர்ந்தவை. சில கொற்றவை உருவங்கள் சிலப்பதிகார சிற்பக்கலை வருணனையுடன் ஒத்துப் போகின்றன என்பது குறிப்பிடத் தக்கது.

கொற்றவையைக் கன்னி வழிபாடாகக் கூறும் காலத்தால் முற்பட்ட இலக்கியம் சிலப்பதிகாரம் மட்டுமே. இந்தக் கொற்றவை வழிபாடு கன்னி வழிபாடு என்பதை எடுத்துக்காட்டியவர் இராமேந்திரநாத் நந்தி என்பவர் ஆவார். வேட்டுவ வரியில் குமரி என்று பல இடங்களில் கொற்றவை அழைக்கப் பெறுகிறாள். அவள் கன்னித்தன்மை மிகுந்த சக்தி வாய்ந்தது. கன்னிமை கற்புடைமையை விட உயர்ந்தது..

மணிமேகலை சுடுகாடுக் கோட்டத்தில் உறைபவளாக கொற்ற வையைக் கூறுகிறது. ஈமக்காட்டில் இயங்குவதாலேயே அவள் கொல்லும் தன்மை பெற்றமையையும், போருக்கு உரியவளாக விளங்கியமையையும், பலி வேண்டியமையையும் பிற்கால பரணி நூல்கள் வடமரபோடு இணைத்து இயம்புகின்றன. ஆனால் புராணங்கள் கூறும் கடம்பவனம், தாருகாவனம், வடவாரண்யம், தண்டகாரண்யம் ஆகிய வனங்களில் பெண் தெய்வங்களே பண்டு உறைந்திருந்ததையும் பின் அவ்விடத் தினை சிவன் கைப்பற்றியமையும் உணரமுடிகின்றது.

மேய்ச்சல் தொழிலில் பெண்களுக்கு பெரிய பங்கில்லை. எனவே இரண்டாம் நிலை. மாடுபிடிப்பூசலில் இறந்த வீரர்களுக்கு நடப்பட்ட நினைவுச்சின்னமான நடுகற்களில் ஒன்று கூட பெண்ணுக்கு எழுப்பப் படவில்லை. மேலும் பெண் நடுகல் வழிபாட்டில் விலக்கியும் வைக்கப் பட்டாள். சங்க இலக்கியத்தில் ஓரிரு பாடல்களே பெண் நடுகல்லை வழிபட்டதற்கான சான்றாக அமைகின்றது.

மேய்ச்சல் சமூகத்தில் கால்நடைகளை ஆண்களே சமவெளிப்பகுதியில் மேய்க்கின்றனர். இதனால் அவர்கள் நீண்டதூரம் பயணம் கொண்டனர். மேய்ப்போர் திரும்பி வரும் வரை காத்திருத்தல் பெண்ணிற்கு

இலக்கணமானது. இருத்தலும் இருத்தல் நிமித்தமுமான அவ்வேளை யிலேயே கற்பு கோட்பாடு பெண்ணிற்கு எழுதப்படாத விதியாக மேலேழுந்தது. இவ்வேளையில்தான் கற்புடைத் தெய்வங்கள் என்ற கருத்துரு முன்னுக்கு வந்திருக்கலாம்.

ஆனாலும் இந்த இருத்தல் நிலையிலேயே ஆநிரைகளின் மூலம் உபரி பொருட்களான பால், தயிர், வெண்ணெய், நெய் ஆகியவற்றின் உற்பத்தியைச் செய்து பொருளாதாரச் சமூகத்திற்கு அடிகோலினாள் என்பதை புராணங்கள் தெரிவிக்கும் வரலாற்று உண்மையாகும். மேலும் கால்நடைகளின் தோல், மயிர் முதலியவற்றால் ஆடை பின்னும் கலையும் பெண்ணாலேயே வளர்ந்தது என்பதுவும் மறுக்கவியலாத மெய்ம்மை. மேலும் அடுத்தக்கட்ட நிகழ்வாக அவள் புன்செய் வேளாண்மையைக் கண்டறிந்தாள். புன்செய் என்பது கானகப்பகுதியில் செய்த மானாவாரி வேளாண்மை என்பதுவும் அவை வேளாண்மைக்கான கருவிகள் கண்டறியப்படாததற்கு முன்பே மேற்கொள்ளப்பட்ட தொழில் என்பதும் தொல்லியலாளர்கள் கூற்றாகும். எனவே இக்காலத்திற்கு பின்பு வந்த இரும்புக்காலத்தில் இரும்பின் பயன்பாடுகள் அறிந் தபின் தோன்றிய பண்பாட்டில் உருவாக்கப்பட்ட வேளாண் கருவி களினால் விவசாயம் பெண்ணிலிருந்து ஆணிற்கு சென்றது. இப்பொழுது மண்ணைத் தன் கொம்புகளினால் கிளறி கிழங்கெடுத்த பன்றி களிடமிருந்து ஆரம்பகால விவசாயத்தை அறிந்து கொண்ட வராகிப் பெண், உழுகருவியைச் சின்னமாகக் கொண்ட வாலியோன் போன்ற தெய்வங்களிடம் வேளாண்மையை விட்டுக் கொடுத்தனர்.

மருதத் திணையும் பெருங்கற்காலச் சின்னங்களும்

மருதத்திணையின் பெண்தெய்வம் முதன்மையாய் அமைந்த நிலையைக் காட்டுவது பெருங்கற்சின்னங்களாகும். குறிப்பாக ஆற்றங் கரைகளில் அமைந்த மருதநிலத்தின் பெருங்கற் ஈமச்சின்னங்களில் முதன்மையானது தாழியிற் புதைத்தல் ஆகும். இது தென்னக குறிப்பாக தமிழகத்தின் தனித்துவமான பெருங்கற்காலப் பண்பாடாகவே தொல்லியலாளர்களால் சுட்டப்படுகின்றது.

தாழி என்பது தாயின் வயிறு. தாயின் வயிற்றிலிருந்து தோன்றிய மனிதன் மீண்டும் தாயின் வயிற்றிற்குள் செல்வதாக இறப்பு இங்கு குறியீடாகக் காட்டப்படுகிறது. ஆதிச்சநல்லூர் பெருங்கற் சின்னங்களில் கிடைத்த தாய்த் தெய்வத்தின் வெண்கலச் சிலையும், தாழியின் மேல் வரையப் பெற்ற கொற்றவையின் உருவமும் குறிப்பிடத்தக்கவை. கொற்றவை யுடன்மான், கரும்புப்பயிர்அதன்மேல்அமர்ந்த கொக்கு, பல்லி (முதலை), ஆமை முதலிய உருவங்கள் காட்டப்பட்டுள்ளன. இவையாவும் வளத்திற்கான அடையாளங்களாகவும், பெண்ணே வளத்தின் மூலம்

என்பதாகவும் காட்டப்பட்டுள்ளது குறிப்பிடத்தக்கது. மேலும் இங்கு கிடைத்த தாழி ஒன்றில் பெண்ணின் மார்பகங்கள் காட்டப் பெற்றுள் ளன. தாழியை தாயின் வயிறாக மட்டுமல்லாது பெண்ணின் முழு உருவமாகவும் உருவகிக்கும் பெருங்கற்கால பண்பாடு இதனை வெளிப்படுத்துகிறது.

வேளாண்மை நீரோடு தொடர்புடையது. எனவே ஆதிச்சநல்லூர் பானையோட்டில் காட்டப்பட்டுள்ள கொற்றவையின் அருகே உள்ள கரும்புப் பயிர் பெண் வேளாண் தெய்வமாக மாறிய நிலையைக் காட்டு கிறது. அதாவது வேட்டுவ தாய்த்தெய்வ நிலையிலிருந்து வேளாண்மைத் தெய்வமாக மாறிய இருநிலைகளையும் அது காட்டி நிற்கிறது. பாவை நோற்றல், தைந்நீராடல், கவுரிபூசை முதலியன கன்னிப்பருவத்தின் போது பெண் கொள்ளவேண்டிய ஒழுக்கமாகும். இவை அவளின் சக் தியை அதிகரித்து பேற்றிற்கான வளமையைக் கொடுக்கும் என்பது நம்பிக்கை. இதில் கவுரி என்பது பசுமை, வளமை என்னும் பொருளில் பயன்பட்டுள்ளது. வேளாண்மைச் சமூகத்தில் அதன் உற்பத்திப் பெருக் கத்திற்கான வழிபாடே கவுரி பூசையாகும்.

வேளாண்மைச் சடங்குகளில் தாவரங்கள் அனைத்தையும் ஒரு கட் டாக கட்டி வைக்கப்பட்டுள்ள ஒரு கட்டே 'கவுரி'. பயிர்த்தொழிலில் பெண்ணே முதலிடம் பெறுகிறாள். குமரிப் பெண்ணே நிலத்தில் முதல் விதையிடுதலும், முதல் அறுவடையைப் பெறுதலும் செய்வது பண்டு முதல் தொடரும் வழக்காகும்.

வேட்டைச் சமூக நிலையில் தாய்த்தெய்வத்தின் வாகனமாகவோ, அவள்கையிற்கொண்டுள்ளசின்னமாகவோமான்காட்டப்படுவதுமரபு. சிவன் மான், மழுவேந்தியது தாயிடமிருந்து சமூகம் ஆண் தலைமைக்கு மாறிய போது ஏற்பட்ட உருவமைதி என்பது இங்கு குறிப்பிடத்தக்கது. இது தாய்த்தெய்வத்தின் முதல் நிலை. இரண்டாம் நிலையானது அவள் வேளாண்மைக்குரிய தெய்வமாக ஆனது. இந்நிலையில் தாய் மனித இனப்பெருக்கத்தின் மூலப்பொருள் போன்றே தானியங்களையும் பெருக்குவாள் என்ற நம்பிக்கையில் எழுந்த மரபாகும்.

2. சிரமண மரபு

தொல் வழிபாட்டு இடங்களும் சமணக் குகைகளும்

தமிழகத்தில் திருமலை (சிவகங்கை), கழுகு மலை (திருநெல்வேலி), நெகனூர்பட்டி மலை, ஆழியாற்று ஆதாளி அம்மன் கோயில் ஆகிய இடங்களில் சமணப் படுக்கை உள்ள குகைகளில் தொல் பழங்கால

ஓவியங்கள் வரையப் பெற்றுள்ளன. பர்வத மலை அடிவாரத்தில் 300 அடி உயரத்தில் உள்ள குகையில் பெண் தெய்வ உருவம் ஒன்று கண்டுபிடிக்கப் பெற்றுள்ளது. இதற்கு அவ்வூர் மக்கள் கன்னி ஆத்தா கோயில் என்று அழைக்கின்றனர். ஊர் மக்கள் அக்குகைக்கு செல் வதற்கு அஞ்சுகின்றனர். இங்குள்ள பாறை ஓவியங்கள் சிலவற்றில் பெண் உருவங்கள் வரையப் பெற்றுள்ளன. இது பெரும்பாலும் தொல்பழங்காலத் தாய்தெய்வ வழிபாட்டின் எச்சமாகக் கொள்ளலாம்.

கரூர் அருகில் உள்ள சுக்காலியூர் அருகில் உள்ள சமணப் படுக்கை முன்பு ஆண்டு தோறும் பலியிட்டு வழிபடுகின்றனர். ஆழியாற்று அணைக் குப் பின்புறமுள்ள ஆதாழி அம்மன் கோயில் மலை மேல் செல்லும் வாகன ஓட்டிகள் கோழி பலியிட்டு பொங்கல் படையல் செய்கின்றனர். நாமக்கல் மாவட்டம் வேலூர் அருகில் உள்ள புகளூர் சமணப் படுக்கைக்கு அருகில் உள்ள தெய்வங்களுக்குப் பொங்கலிட்டுப் பலியிடுகின்றனர்.

உயிர்க் கொலையை வெறுத்த சமணர் பள்ளியில் பலியிடுவதற்குக் காரணம் என்ன? அங்கு சமணர்கள் படுகை வெட்டுவதற்கு முன்னரே, பலியிட்டு வழிபாடு செய்ததன் தொடர்ச்சியே இந்தப் பலியீடு. இதைப் போன்றே, மும்பை அருகில் உள்ள கார்லே விகாரையில் உள்ள கந்திற் பாவைக்கு மீனவர்கள் பலியிட்டு வழிபடுகின்றனர். அந்தக் கந்திற் பாவைக்கு யமி என்று பெயர். அந்த விகாரம் பௌத்தப் பள்ளி. யமி என்ற பழங்குடித் தெய்வம் அப்பகுதியில் வாழ்ந்த பழங்குடிகளால் பலியிட்டு வழிபடும் தொல் பழங்காலத்திலிருந்தே இருந்தது. அந்தப் பெண் தெய்வத்தை பௌத்தர்கள் தங்கள் தெய்வக் கணத்தில் இணைத் துக் கொண்டார்கள்.

இயக்கியர்

இயக்கி கொற்றவையின் வேறு வடிவமே ஆகும். பெரும்பாலான இயக்கி வடிவங்கள் கையில் மலர் கொத்துகளையோ வேறு பொருள் களையோ வைத்திருப்பதுபோல வடிக்கப்பெறும். ஆனால் மதுரைக் கருகில் உள்ள செட்டிப்புடவில் (சணமர் மலை) ஓர் இயக்கியின் உருவம் எட்டுக் கைகளில் ஆயுதம் ஏந்தி அரக்கனுடன் போரிடும் காட்சி வடிக்கப் பெற்றுள்ளது. எதிரில் உள்ள அரக்கன் யானையின் மீது அமர்ந்து போரிடும் காட்சி, இயக்கி சிங்கத்தின் மீது அமர்ந்து போரிடும் காட்சி, சிங்கம் யானையைத் தன் நகங்களால் பிராண்டும் காட்சி ஆகியவை இடம் பெற்றுள்ளன. இந்தச் சிற்பக் காட்சி மாமல்லபுரத்து மகிடாசூர மர்த்தினியின் போர்க்காட்சியை நினைவுறுத்துகின்றது.

அருளறம் போற்றிய சமணர் வழிபாட்டிடத்தில் கொல்லும் தொழிலை யுடைய கொற்றவையின் உருவம் வடிக்கப் பெற்றதன் நோக்கம்தான் என்ன? இயக்கிகளில் சுவாலாமாலினி, பத்மாவதி, சக்ரேஸ்வரி,

கூஷ்மாண்டி, வராகி, ஜினவாணி ஆகிய தெய்வங்கள் சமணக் கோயில்களில் வழிபடப்பெறுகின்றனர். இவர்களில் சுவாலாமாலலினி, சக்ரேஸ்வரி, கூஷ்மாண்டி என்ற அம்பிகா ஆகிய பெண் தெய்வங்கள் கொற்றவைகளின் வடிவங்களாவர். சமணத் தலத்தில் இப்பெண் தெய்வ உருவங்கள் எட்டுக்கரங்களுடன் காட்சியளிக்கின்றன என்பதும் குறிப் பிடத்தக்கது. சமணர்கள் கொற்றவை படிமத்தை இயக்கி வடிவமாக மாற்றினார். வைதிகர்கள் காமக்கோட்டத்தில் பெண் தெய்வத்தை இணைப்பதற்கு செய்த அதே வேலை சமணத்திலும் நடைபெற்றது. இயக்கியர் சமணமுனிவர்களைப் போற்றுபவர்களாயினர். தாமரை மேல் அமர்பவளான பத்மாவதி இயக்கி 23வது சமணத் தீர்த்தங்கரரான பார்சு வநாதருக்கு காவல் தேவதை ஆனாள். சமணத்தை எதிர்த்த குடிகளின் கல் மழையிலிருந்து அவரைக் காக்க குடைபிடித்தாள். வராகியான பண்டைய வேளாண் தெய்வம் பதிமூன்றாம் தீர்த்தங்கரர் விமலநாதரின் இயக்கி ஆனாள். கன்னியர் எழுவருள் பிராமி எனப்பட்ட தேவி சமணத்தில் ஜினவாணி, சுருதா தேவி, வித்யாதேவி என்ற பெயரில் கல்விக்கான தலைவி ஆனாள். இவ்வியக்கிகள் திருவண்ணாமலை மாவட்டம், ஆரணி அருகிலுள்ள திருமலையில் தர்மதேவிக் கோயிலில் காட்சி தருகின்றனர்.

தமிழ்நாட்டில் காலத்தால் முற்பட்ட இயக்கி தொண்டை மண்டலத் தில் கடப்பாக்கம் என்ற ஊரில் கண்டுபிடிக்கப்பெற்றது. அது கி.பி. இரண்டாம் நூற்றாண்டைச் சேர்ந்தது என்று தொல்லியல் துறை முன்னாள் இயக்குநர் நடன. காசிநாதன் அவர்கள் கூறுவார். அடுத்த உருவம் பஞ்ச பாண்டவமலையில் உள்ள இயக்கி உருவம். இது நந்தி வர்மன் காலத்தைச் சேர்ந்தது. இதுவரையில் இந்த இயக்கிதான் காலத்தால் முற்பட்டது என்று கருதப்பெற்றது. இந்த இயக்கி உருவங்கள் கையில் ஆயுதம் ஏதுமின்றி மலர்களையும், மாம்பழத்தையும் ஏந்தி இருப்பதுபோல் வடிக்கப்பெற்றுள்ளன. திருமலையில் உள்ள இயக்கி வாழை மரத்தை கையில் ஏந்தி நிற்கின்றது. ஆயுதங்களை ஏந்தி நிற்கும் தமிழகப் பெண் தெய்வங்கள், குறிப்பாகப் பழங்குடிப் பெண் தெய்வங்கள் சாந்த வடிவத்தெய்வங்களாக மாற்றப்பெற்றன.

சிலப்பதிகாரத்தில் வரும் கொற்றவை கையில் வில், வாள் போன்ற போர்க்கருவிகளுடன் காட்டப் பெற்றுள்ளாள். இந்த வடிவம் சமணர் மரபில் வரும் இயக்கி உருவங்கள் அவர்தம் பாடல்கள் சிலவற்றில் காட்டப் பெற்றுள்ளன.

கோளரி வாளரி வல்லிய மெல்லோல
கொண்ட கொலைத் தொழில் எண்கொடு கேழல்கள்
கொட்கும் நெடுஞ்சிமை யுட்கியர் மால்வரை
யாளியை அஞ்சிய வெஞ்சின மால்களி
றகூதளி ரன்னத சைந்து மறைந்தகல்

அஞ்சரம் நீவரின் அஞ்சு மனத்தெழு
நீளர வல்குல் நிறங்கிளர் நுண்டுகில்
நீத்தமை வைத்து நிரைத்த மணிக்கலை
நேரிழை மென்முலை ஏந்தெழு நன்னுதல்
வாளரி சிந்தி அவிர்ந்து விலங்கின
மைந்தரும் உண்கண் வணங்கு நுணங்கிடை
வண்டிமிழ் வார்குழல் ஒண்டொடி மாதே

இந்தப்பாடல் இயக்கி வடிவத்தைப் பற்றியது. இங்குக் கூறப்பெறும் இயக்கியின் வடிவம் போர்க்கோலம் பூண்டு நிற்கும் காட்சியாக விளங்கு கின்றது. இந்தப் பாடலை நினைவுறுத்தும் வகையில் மேலே குறிக்கப் பெற்ற செட்டிப்புடவு இயக்கி சிற்பம் அமைந்துள்ளது. எட்டுக்கை களுடன் காட்சி அளிக்கும் இந்த உருவத்தில் பல்வேறு போர்க் கலங்களுடன்காட்சி அளிக்கின்றாள். இது சமண சமய கோட்பாடுகளுக்கு எதிரானது. யானை மீது அமர்ந்திருக்கும் அவுணனைக் கொல்லும் நிலையில் காட்டப்பெற்றுள்ளது. இந்த உருவத்தை இயக்கி அம்பிகா என்றும், சித்தாயிகா என்றும் கூறுகின்றனர். ஆனால் சமணக் கலை வல்லுநர் யு.பி.ஷா அவர்கள் இந்த உருவத்தை கொற்றார்யா என்று கூறுவார். கொற்றார்யா என்ற பெயர் கொற்றவை ஐயை என்ற பெயர்களின் அடியாக வந்த பெயராக இருக்கலாம். ஐய(ன்) என்பது ஆர்ய என்று வடமொழியில் வழங்குவது இங்கு நினைக்கத்தக்கது. அதனால் சிலப்பதிகாரத்தில் கொற்றவை, ஐயை ஆகிய பெயர்கள் வடமொழியில் கொற்றார்யா என்று மாறியிருக்கலாம், கொற்றவை உருவத்தை இயக்கி உருவமாக மாற்றிக்கொண்டிருக்கும் கட்டத்தை இந்த உருவம் உறுதிப்படுத்துகின்றது.

சமண சமயத்தில் கொடூரமான பெண் தெய்வங்களையும், பேய் மகளிரையும் சாந்தம் மிக்க பெண்தெய்வமாக தனக்குக் கீழ்படியும் பணிப்பெண்களாக மாற்றியமை பற்றி சமணப் புராணக்கதைகள் கூறுகின்றன. பொன்னூர் ஜீவ்லாமாலினி தெய்வம், நீலகேசி காவியம் கூறும் நீலிப்பேய் ஆகிய பெண் தெய்வங்களைப் பற்றிய கதைகள் இந்தக் கருத்தை உறுதிப்படுத்தும். இந்தக் கொடூர தெய்வங்களை சாந்த மிக்க பெண் தெய்வங்களாக மாற்றிய பெருமை தென்னிந்திய சமண சமயத்திற்கு மட்டுமின்றி தென்னிந்தியாவின் எல்லாப் பெருந்தெய்வ சமயங்களுக்கும் உண்டு.

பௌத்தத்தில் பெண் தெய்வப் படிமங்கள்

பௌத்த மதத்தில் தாராதேவி, மங்களாதேவி, சிந்தாதேவி, போன்ற பெண் தெய்வங்கள் வணங்கப்பட்டுள்ளனர். இவர்களில் ஜாங்குலி என அழைக்கப்படுகின்ற நாகக்கன்னி தொண்டை மண்டலத்துக்குரிய

தெய்வமாகப் போற்றப்பட்டுள்ளாள். மேய்த்தல் தொழிலை அடிப் படையாகக் கொண்ட மக்கள் வணங்கிய தெய்வம் நாககன்னி என்பது குறிப்பிடத்தக்கது. காடும் மலைகளும் சூழ்ந்த பகுதிகளில் பாம்பினால் அதிக பாதிக்கப்பட்ட மக்கள், அதன் தலைவியாக கருதப்பட்ட நாகக் கன்னி வழிபாடே சிறந்தோங்கியிருந்தது எனலாம். சங்க இலக்கியம் குறிப்பிடும் தொண்டைமான் இளந்திரையன் என்ற மன்னன் கிள்ளி வளவன் என்ற சோழனுக்கும் நாகக்கன்னிக்கும் பிறந்தவன்.

தாராதேவியே மணிமேகலை காவியம் குறிப்பிடும் கடற்தெய்வமான மணிமேகலா தெய்வம். இத்தேவி தொண்டையர்களின் கடற்புரமான காஞ்சியில் கோயில் கொண்டு வழிபடப்பட்டாள். காஞ்சி காமாட்சியின் இன்றைய கோயில் பல்லவர்கள் காலத்தில் தாராதேவியின் கோயிலாக இருந்தமையை வரலாற்றாய்வாளர்கள் சுட்டுகின்றனர். சீன யாத்ரீகரான யுவான் சுவாங், தனது இந்திய நாட்டுப் பயணக் குறிப்பில், இத்தெய் வத்தைப் பெருமைபடக் குறிப்பிட்டுள்ளார். இத்தாராதேவி வழிபாடே, தொண்டை மண்டலத்தில் வழிபடப்பெறும் திரௌபதி அம்மன் வழிபா டாக உருமாற்றம் அடைந்திருக்கலாம்.

மணிமேகலையில், ஆபுத்திரனுக்கு அட்சயபாத்திரத்தை வழங்கியவள் சிந்தாதேவி என்னும் பௌத்த பெண் தெய்வம். இத்தெய்வம், கைகளில் கிண்ணங்களை ஏந்தியவாறு காட்சியளிக்கிறாள். இப்பழங்குடி தெய்வத் தின் பாதீட்டு பண்பினை அடிப்படையாகக் கொண்டே பிற்காலத்தில் உருவான வைதிக மரபில் முப்பத்தாறு அறங்களை காமக்கோட்டத்தில் அன்னை வளர்ப்பதாக தேவாரம் பாடுகின்றது.

3. வளமை மரபு

வாமபூசை

வாமபூசை என்பது பெண்தெய்வ வழிபாட்டைக் குறிக்கும். ‘வாம’ என்பதற்கு ‘காமம்’ என்றும், ‘இடது’ என்றும், ‘பெண்‘ என்றும் பொருள் கொள்ளப்படுகிறது. இடைக்காலப் பெண்தெய்வ வழிபாட்டை கன்னி வழிபாடு, மோடி என்னும் தாய்த்தெய்வத்தின் வழிபாடு என இரண்டாகக் கூறலாம். இதில் கன்னிவழிபாடு என்பது சப்தகன்னியர், காமக்கோட்டமல்லாத தனித்தெய்வமாக நிற்கும் கன்னித்தெய்வம், போர்த்தெய்வம் அதாவது குமரி, துர்க்கை, கவுரி, கொற்றவை, முதலிய பெண்தெய்வ வணக்கத்தைக் காட்டி நிற்கிறது. துர்க்கை, கொற்றவை, காளி போன்ற தெய்வங்கள் போரின் வெற்றிக்கும் கவுரி, குமரி போன்றோர் வளமைக்காகவும் வழிபடப்பட்டனர். முன்னதில் பலிச் சடங்கும், பின்னதிற்கு வேளாண்மைத் தொடர்பான எந்திரச் சடங்கும்

முதன்மை பெற்றன. கன்னி வழிபாடு முன்னிடைக் காலம் முதல் சிறப்பிடம் பெற்றது என்பதை தேவி புராணங்கள் கூறுகின்றன.

கன்னித்தன்மைக்கு மிகுந்த சக்தி இருப்பதாக உலகெங்கும் பழங்குடிகளிடம் நம்பிக்கை இருந்தது. பயிர்களின் உற்பத்திக்கும், தாய்மைப் பேற்றுக்கும் கன்னிமையின் அதீத சக்தியே காரணம் என்று நம்பிக்கையின் அடிப்படையில் எழுந்ததே இவ்வழிபாட்டின் சடங்குகளாகும். திரிபுரரகஸ்யம், யோகினி தந்திரம் ஆகிய நூல்கள் 'கன்னி பூசை' பற்றி விரிவாகப் பேசுகின்றன. இளமையும் அழகும், தோற்றப்பொலிவும், நற்பண்பும், மங்கலமும் வாய்க்கப்பெற்ற கன்னியே ஒவ்வொரு குலத்திலும் பூசைக்குஉரியவளாக்கபட்டாள். 2 முதல் 10 வயதுவரையிலானகன்னியர் வணக்கத்திற்கு ஏற்றவரென்றும், ஒவ்வொரு குலமும் அவரவர்க்குரிய கன்னிகளை வழிபடவேண்டும் என்றும் தேவிபுராணம் கூறுகின்றது. தேவி பாகவதம் கூறும் குமரிப்பூசையில் அக்குலக்கன்னியை அழகிய ஆடை அணிகலன்கள், மலர்கள் மற்றும் நறுமணப்பொருட்களால் அணி செய்து மந்திரங்களால் வழிபடவேண்டும் என்று கூறப்பட்டுள்ளது.

சிலப்பதிகார வேட்டுவவரியில் எயினர் குடி மறப்பெண் கொற்றவையாக உருவகிக்கப்பட்டு, மேற்சொன்னவாறு அத்தேவி போன்று அலங்கரிக்கப்பட்டும் வழிபடப்பெறுவதைக் காண்கிறோம். பாலாதிரிபுரசுந்தரி என்ற பிராமணர்களின் கன்னி வணக்கம் பெருங்கோயில்களிலும் பிராமணக் கன்னியரைத் தேவியாக உருவகித்து வணங்கப்படுவதைக் காட்டுகிறது. நவராத்திரியின் ஒன்பது நாட்களிலும் நவகன்னியரை ஆராதிப்பதும், கவுரி விரதமும் வேளாண்மைச்சடங்காக பண்டு வழங்கி வந்து பின்பு பிராமணீயம் பெற்று தெய்வத்தன்மை ஏற்றப்பெற்றது. இன்றும் வத்தலக்குண்டுப் பகுதியில் ஒரு குறிப்பிட்ட நாளில் பிராமணர்கள் தங்கள் குலக்கன்னிப் பெண்கள் எழுவரைக் கொண்டு பூசை நடத்துவது நடைமுறையில் உள்ளது.

நேபாளத்தில் 'குமாரி பூசை' எனப்படும் சிறுமியை வழிபடும் வழக்கம் இன்றும் காணப்படுகிறது. மன்னரும் இக்குமாரியை வணங்கியே அரசு நடத்துவதை அங்கு காணலாம். உடலில் இருந்து இரத்தம் வெளியேறும் வரை இக்குமாரிகள் தெய்வமாகப் போற்றப்படுகின்றனர். உடலில் காயம்பட்டாலோ, பூப்படைந்தாலோ இவர்களை மாற்றி மற்றொரு தகுதி வாய்ந்த சிறுமி இக்குமாரி பூசைக்கு தேர்ந்தெடுக்கப்படுகிறாள். உடலில் இருந்து இரத்தம் வெளியேறுதல் கன்னித் தன்மையின் சக்தியினைக் குறையச் செய்யும் என்ற நம்பிக்கை பழமையிலிருந்து நிலவி வருகிறது.

பெண்ணைப் பூசிக்கும் வாமபூசை தாந்திரீகச் சடங்காகும். தாந்திரீகத்தின் ஐந்து மகரங்களில் 'மாது' பெண் வழிபாடாகும். தாமரை மலர் தாந்திரீகத்தில் ஒரு குறியீட்டுச் சொல்லாகும். பெண்ணிற்குரிய

குறியீடான தாமரை வளத்தைப் பெருக்குவதற்கான மூலமாக வழிபடப் பட்டுள்ளதைப் பழங்குடிகளின் சடங்குகளில் காணலாம். பழங்குடி களின் பெண்வழிபாட்டினை நெறிப்படுத்திய சடங்காக தாந்திரிகம் மேற்கொண்டது. எனவே மூலத்தாந்திரிகச் சடங்குகள் பழங்குடிகளால் செய்யப்பட்டவையாகும். வளம்வேண்டி செய்யப்படும் தாந்திரீகச் சடங்குகளில் பெண்ணே முக்கியமானவளாகக் கருதப்படுகிறாள்.

தொல்காப்பியம் கொடிநிலை, கந்தழி, வள்ளி என இத்தகைய சடங்குகளைக் குறியீடுகளாக நூற்பாவில் காட்டுகிறது. கொடிநிலை என்பது மந்திரம் மற்றும் எந்திரம் (ஸ்ரீசக்கரம்) இவற்றோடு கூடிய தந்திர வழிபாட்டு முறையாகும். இக்கொடிநிலை என்பதை 'லதாசா தனம்' என்று சங்கதப்படுத்திக் கொண்டனர். எந்திரத்தைச் சுற்றியுள்ள கொடியானது பெண்ணின் வழிபாடே. அது வளத்திற்கானது. எந்திரங் களில் பெண்குறியைச் சுற்றி நாற்புறமும் ஒரு கொடி படர்ந்துள்ளதை காணலாம். இந்தக் கொடியே 'கற்பகலத்திகம்' என்பதாகும். கேட்டதை வழங்கும் 'கற்பகக்கொடி' என்பது இதன் பொருளாகும். ஹரப்பா அகழாய்வில் கிடைத்த அரிய பொருள் ஒன்று 'சுகம்பரி' என்று அடை யாளம் காணப்பட்டுள்ளது. இதுவே அக்கொடிநிலை எனும் தந்திரத் தின் மூல ஊற்றாகும். காபாலிகமும், தாந்திரிகமும் பெண்ணை அடிப் படையாகக் கொண்ட சடங்குகளை முதன்மையாகக் கொண்டுள்ளது. 'வாமச்சாரம்' எனப்படும் அச்சடங்குகள் பெண்ணைக் கொண்டு நடத்தப்படும் ஒழுக்கம் என்று பொருள்படும். 'வாம' என்பது பெண் ணையும், 'சாரம்' என்பது ஒழுக்கத்தையும் குறிக்கும். உச்சிஷ்ட கணபதி உருவம் தாந்திரீகச் சடங்கை விளக்கும் மற்றுமொரு படிமம் ஆகும். அசா மின் 'காமாக்யா' இச்சடங்கின் பழைய சான்றாக உள்ளதை அறியக் கூடும்.

'கரகம்' எனப்படும் தாயின் வயிறே இன்றுவரை பாமரமக்களின் சக்திவழிபாட்டின் குறியீடாகும். வைதீகத்திலும் இதுவே கும்பம் என்றா கியது. கும்பம் அல்லது கடம் என்பது கருப்பை என்று கதாசரித்சாகரம் (70.112) கூறுகிறது. தாய்த்தெய்வ வழிபாடு நிலத்தோடு தொடர் புடையதாக பண்டு முதல் இருந்து வந்துள்ளது. மூத்ததேவியின் பெரிய பருத்தவயிறும், தனங்களும் மிகுந்த வளத்தைத் தரும் குறியீடுகளாக பண்டு வணங்கப்பட்டன. கி.பி. 9ம் நூற்றாண்டு வரை சேட்டை தேவியின் வழிபாடு சிறந்தோங்கியிருந்தது என்பதற்கு பரவலாக எல்லாப் பேரரசர்களின் ஆட்சியிலும் அமைக்கப்பட்ட கோவில்களில் காணப் படும் அத்தேவியின் சிற்பங்களே சான்றாகும். தேவர்களின் தாயாக வேதங்கள் போற்றும் அதிதி என்னும் பெண் தெய்வம் சுவர்க்கத்தின் அடையாளமாகக் காட்டப்படுகிறாள். ஐம்பூத நிகழ்வான பிறப்பு, இறப்பிற்கான மூலமாக ரிஷி கௌதமரால் போற்றப்படுகிறாள்.

தவ்வை

தனங்களையும், இனப்பெருக்க உறுப்பினையும் கொண்ட பெண் தெய்வ வடிவம் தவ்வை ஆகும். தவ்வை தமிழ்ப் பண்பாட்டின் தனித் தன்மை உடைய பெண் தெய்வம் ஆவாள். பழையோளாகிய தவ்வை வேளாண்மை, மகப்பேறு, செல்வம் முதலிய வளமைக்காக வணங் கப்பட்டு வந்த நீர்நிலைக் கடவுளாகத் தமிழ்ப் பண்பாட்டில் வணங்கப் பட்டு வந்தது.

தவ்வை தனது வலது பக்கத்தில் மகன் மாந்தனுடனும், இடது பக்கத் தில் மகள் மாந்தியுடனும் அமர்ந்த கோலத்தில் காட்டப்பட்டுள்ளார். கழுதை வாகனம், காக்கைக் கொடி, துடைப்பம் முதலியனவும் தேவியின் சிற்ப அமைப்பில் இணைந்துள்ளன. தவ்வை வழிபாடு பல்லவர் காலத் திற்கு முன்பிருந்தே தமிழகத்தில் வேரூன்றியிருந்த மரபாகும். பல்ல வர்கள் காலத்தில் குறிப்பாக இரண்டாம் நரசிம்ம வர்மன் காலத்தில் காஞ்சிபுரம் கைலாசநாதர் கோயிலில் மூன்று இடங்களில் தவ்வையின் சிற்ப வடிவங்களைக் காணமுடிகின்றது. திருப்பரங்குன்றத்தில் உள்ள சேட்டை தேவியின் சிற்பம் நக்கன் கொற்றியின் கல்வெட்டுச் சான்றுடன் காணக் கிடைக்கிறது. சோழர்கள் காலத்தில் கோயில் திருச்சுற்றின் தென் மேற்கில் தவ்வையின் சிற்பம் அமைக்கப்பட்டு வழிபடப்பட்டு வந்தது.

தமிழ் நிகண்டுகளில் தவ்வை, சேட்டை, மாமுகடி, மூத்ததேவி, பழையோள், காக்கை கொடியோள், ஏகவேணி என பல பெயர்களில் குறிக்கப்படும் இத்தெய்வத்தை வைணவ அடியார்களுள் ஒருவரான தொண்டரடிப்பொடி ஆழ்வார் ‘சேட்டை தன் மடியகத்துச் செல்வம் பார்த்திருக்கின்றீரே’ என பாடுவதில் இருந்து வளமைக்கான பண்டைய தெய்வம் என உணரலாம். மடியகத்து செல்வம் என்பது சாக்த மார்க்கத்தின் யோனி வழிபாட்டினை குறிக்கிறது. பருத்தவயிறு, மார்பகங்களுடன் பெண் தெய்வங்கள் பழங்காலம் தொட்டே வழிபடப் படுகின்றனர். இவை, பிறப்பு உயிர்களை படைத்தல் ஆகியவற்றை உணர்த்தும் குறியீடு களாகும்.

‘அழுக்கின் தெய்வமாக இப்போது கருதப்படும் மூதேவியே வளமையின் மூலத்தெய்வமாக இருந்துள்ளது. பயிர்களும், உயிர்களு மாகிய செல்வங்களின் மூல வடிவம் உரமாகும். உரத்தின் மூலவடிவம் அழுக்காகும். மனிதர்கள் உள்ளிட்ட உயிரினங்கள் மற்றும் தாவரங்கள் ஆகியவற்றின் கழிவுகளே அழுக்கு என்ற பெயரால் சுட்டப்படுகின்றன. அழுக்கு என்ற சொல் அழுகச் செய்யப்படுவது என்ற பொருளையே உணர்த்துவதாகும். எனவே பயிர்வளர்ச்சியினை அடையாளப்படுத்தும் திரு (அ) லட்சுமியினைத் தங்கையாக்கி, அதற்குரிய மூலவளம் சேர்க்

கும் உரத்தின் தெய்வத்தை தமக்கையாக (மூத்ததேவி) மூதேவி என்று அடையாளப்படுத்தினர். உரம் பயிராகும் கால இடைவெளியே தமக்கைக்கும், தங்கைக்கும் மூத்ததேவிக்கும் இளையதேவி லட்சுமிக்கும். இடையிலுள்ள வேறுபாடாகும். இதனை உறுதி செய்யும் சில சான்றுகளை கள ஆய்வில் காண முடிகின்றது. கார்த்திகைத் திருவிழாவின் போது உரக்குழி/சேர்குழி எனப்படும் குப்பைக் கிடங்குகளில் அகல் விளக்குகளை ஏற்றி, அதனைக் குப்பைநாச்சியார் என்ற பெயரில் வழிபடுகின்றனர்..'

துடைப்பம், கூடை, காக்கை, கழுதை ஆகியவையை தவ்வைக்கு அடையாளமாக காட்டப்படுவது பற்றி மானிடவியல் நோக்கில் ஆய்வாளர் முனைவர் தொ.பரமசிவம் அவர்கள் கூற்றினை மேற்கண்டோம். இது ஏற்றுக்கொள்ளக்கூடியதே. சாங்கியத்தின் தத்துவக் கோட்பாட்டில் முதன்மையானதும் முடிவானதுமான மூலப்பிரகிருதி தனக்குள்ளேயே, தனக்குத்தானே முரண்பட்டே உற்பத்தியைத் தோற்றுவிக்கிறது என்ற கருத்து இங்கு பிரதிபலிக்கிறது. மேலும் துடைப்பம், முறம், காக்கை, எருமைத் தலை மாந்தன், இளம்பெண் இவையனைத்தும் வேளாண்மையோடு தொடர்புடையவை. மருதத்திணையில் உழுவதற்கு எருமைகளே பயன்படுத்தப்பட்டன என்பதை அறிகிறோம்.

ஏழு கன்னிமார்

பெண் தெய்வங்களின் வழிபாட்டு வரிசையில் பழமையான ஏழு கன்னியரின் வழிபாடு குறிப்பிடத்தக்கது. இந்த கன்னிமார்கள் இங்குள்ள பல பழங்குடிகளின் தாய்த்தெய்வங்கள் ஆவர்.

சப்தகன்னியர் வழிபாடு மிகுந்த பழமை வாய்ந்தது. நீரோடு தொடர்புடையதாகக் காட்டப்பெறும் இப்பெண்கள் எழுவரும் நதிகளை வணங்கும் நம் பழைய மரபில் வந்தவர்களாவர். பின் பெருந்தெய்வ வழிபாட்டில் அவர்கள் இணைக்கப்பட்டு, முதன்மை பெற்ற ஏழு ஆண் தெய்வங்களின் துணைகளாக காட்டப்பட்ட உருவமைதிகளை சாளுக்கியர், சாதவாகனர், பல்லவர், முற்காலப்பாண்டியர், சோழர் என்ற அரசுகளின் கலைவடிவங்களாக காணலாம். அன்னையர் எழுவர் வரிசையில் 'ஏழு' என்பது எண்ணற்ற என்ற பொருளையும் தரும். ஆகவே சிற்சிலவிடங்களில் அட்டசக்திகளாயும், நவகன்னிகளாகவும் காட்டப்பட்டுள்ளதும் இங்கு நோக்கத்தக்கது. மேலும் இவ்வரிசையில் அன்னையரும் வேறுபடுவர். இவ்வெழுவர்க்கு இளையவளாகக் காளி குறிப்பிடப்படுகிறாள். தமிழக கிராமங்களிலும் தங்கள் வீட்டுக் கொல்லைப் புறங்களில் மூன்று அல்லது ஏழு செங்கற்களை நட்டு வைத்து வணங்கும் வழக்கம் இன்றும் காணப்படுகிறது. அவை அவ்வீடுகளின்

பெண் தெய்வ வழிபாட்டைக் குறிக்கிறது. கொல்லை என்பது இங்கு பண்டையநாளில் புஞ்சைப்பயிர் விளையும் வீட்டின் பின்புறம் என்பது அறிந்ததே.

சூலத்தினை கையில் ஏந்திய ஒருவள் மண்டையோட்டு மாலைகளை அணிந்தபடியும், விகாரமாகவும் பண்டைய வேட்டை சமூகத்தின் தாயாகக் காட்சியளிக்கிறாள். பன்றி முகத்தினையுடையவள் வேளாண் மைக்குரியவளாக வணங்கப்பட்டாள். அவள் கைகளில் அதற்குரிய கலப்பையும் கொத்தியும் ஆயுதங்களாகக் கொடுக்கப்பட்டன. வேளாண் மையில் பெண்ணே முதலிடம் பெறுகிறாள். மகேசுவரி என்ற பெயர் பெற்றவளோ மான், மழுவினைக் கையில் ஏந்தி பாதீடு செய்யும் கொடிச் சியிலிருந்து பரிணமித்தவள். கௌமாரி என்ற தெய்வம் நெய்தல் பாடல் சுட்டும் சுறாமீனின் எலும்பை வச்சிராயுதமாக கையில் ஏந்தி மழைக்குக் கடவுளானாள். இவ்வரிசையில் வைதிக மயமாக்கப்பட்ட கடற்தெய்வம் சங்கினைக் கொண்டுள்ள வைஷ்ணவி எனப்படுகிறாள். மற்றொருவள் நீர்க்கரகத்தைக் கையில் கொண்டுள்ள பிராமி எனப்படுகிறாள். நீர்க்கரகம் உயிர் தோற்றத்தின் வெளிப்பாட்டைக் குறிப்பிடும் அறிவு நிலைக்குறியீடாகும். இது இங்கு குறிப்பிடத்தக்கது. எனவே அவள் பின்னாளில் பிரம்மனின் மனைவியானாள். மேலும் இப்பெண்கள் எழுவரும் நீரோடு தொடர்புடையவர்கள். நீர்நிலைகளிலே இத்தெய் வங்கள் நாட்டப்பெற்று வழிபடப்பட்டு வருவது மரபு.

உடனுறை பெண்தெய்வப் படிமங்கள்

விலங்குகளும், தாவரங்களும், பறவைகளும் இனக்குழுக்களின் குலக் குறியீடுகள். விலங்குகளும் பறவைகளும் சிவனை வழிபடுவதாக தல புராணங்களிலும், தேவாரத்திலும் காட்டப்படுவதோடு, தாவர சங்கமங் கள் அத்தலத்தின் தலவிருட்சமாய் வழங்கப்பெற்றன. தேவாரத் தலங்கள் யாவும் தொல்குடியினரின் தாய்த்தெய்வ வழிபாட்டிடங்களாக இருந் தவை என்று டேவிட் சுல்மன் கூறுகிறார்.

தாய்த்தெய்வம் பல தலங்களில் மயிலாகவும், பசுவாகவும் இருந்து சிவ வழிபாட்டை செய்ததாக தலபுராணங்கள் உரைக்கின்றன. அதாவது இங்கு குலக்குறிகள் தாய்த்தெய்வத்தோடு முதலில் இணைக்கப்பெற்றன. பின்பு அவை சிவவழிபாட்டில் கலந்தன. அதாவது உணவு தேடும் வேட்டைச் சமூகத்தில் குலக்குறியீடுகளான விலங்குகளும், தாவரங் களும், இயற்கைப்பொருட்களும் வணங்கப்பட்டன. உணவு உற்பத்திச் சமூகமான வேளாண் சமூகமாக உருவாக்கத்தில் பெண் ஏற்றம் பெற்ற போது தாய்த்தெய்வம் போற்றப்படுகிறாள். ஆனால் இங்கு ஓர் இணைவு ஏற்படுவதை நாம் காணவேண்டும். தாய்த்தெய்வமானது இங்கு குலக்

குறியீட்டின்வடிவாகவணங்கப்பட்டுள்ளது. அதாவதுதாயானவள்மயில் வடிவாகவும், பசுவடிவமாகவும் அந்தந்த தலங்களில் சிவனை வணங்குவதாகக் காட்டப்பட்டுள்ளாள். இவ்விணைவு மிகவும் உற்றுநோக்கத்தக்கது. முதலில் வணங்கப்பட்ட குலக்குறியீடுகள் பெண் தெய்வத்துடன் இணைக்கப்பட்டு, பின் அப்பெண் தெய்வம் மணமுறையில் சிவனுடன் இணைக்கப்படுகிறது. உதாரணமாக மதுரை மீனாட்சி சுந்தரேசுவரர் திருமணத்தைக் கூறலாம். பாண்டியரின் குலக்குறியீடான மீன் 'அங்கயற்கண்ணி' (மீனாட்சி) என்று தாய்த்தெய்வத்துடன் குறிப்பிடப்பட்டு, பின்பு அத்தெய்வம் சிவனோடு இணைவதாகக் காட்டப்படுகிறது.

சந்திரவம்சத்தவரான பாண்டியர் நெல்லையில் 'காந்திமதி' என்று தங்கள் தாய்த்தெய்வத்தை வணங்கிப் பின் சிவனோடு இணைத்து வழிபடுகின்றனர். ஆனால் இப்பிணைப்பு பலவிடங்களில் மறுக்கப்பட்டுள்ளது. சான்றாக கன்னியாகுமரி அம்மனைக் குறிப்பிடலாம். தாய்த் தெய்வக் கோயில்களை காமக்கோட்டம் என்று அழைத்தனர். இந்தச் சிக்கலைத் தீர்க்க வைதிக நெறியாளர்கள் ஒரு தந்திரத்தைக் கையாண்டனர். கொற்றவை, பிடாரி போன்ற கொடூரமான பெண் தெய்வங்களை இரு கூறாக்கினர். ஒரு கூறு சாந்த சொரூபியாக சிவன் கோயிலில் காமக்கோட்ட நாச்சியாராக நிறுத்தப் பெற்றது. மற்றொரு கூறு கொடூர தெய்வமாக பல கைகளில் ஆயுதங்களை ஏந்தியவளாகக் நிறுத்தப் பெற்றாள். இந்தத் தெய்வங்களை நாட்டார் மரபினர் வழிபடுகின்றனர். ஆனால் சிவன் கோயிலில் காமக்கோட்ட நாச்சியார் இரண்டுகைகளுடன் மலர்களை ஏந்தி நிற்கிறாள். பல ஆயுதங்களுடன் நிற்கும் பிடாரி தில்லைக் காளியாகவும், காஞ்சிக் காளியாகவும் திருமுருகன் பூண்டிக்காளியாகவும், திருவண்ணாமலைப் பிடாரியாகவும் வழிபடப் பெறுகின்றாா். இது தாய்த் தெய்வத்தின் பழங்குடித்தன்மையைக் காட்டுகின்றது.

காமக்கோட்டம் பற்றி 8ஆம் நூற்றாண்டு கல்வெட்டு சான்று கூறுகின்றது. (Damulica Vol.1) காஞ்சிபுரத்தின் காமக்கோட்டமான காமாட்சி வளமைக்கான கன்னிமை வழிபாட்டிற்குரியவள். ஆனால் சைவம் உட்புகவே அவள் சிவனை மணக்க வேண்டி தவம் செய்யும் நிலையில் மாங்காட்டிலும், பின் மணலால் இலிங்கம் பிடித்து வழிபடவேண்டிய நிலையில் வேகவதி ஆற்றங்கரையிலும் தள்ளப்பட்டாள். பின்பு மாமரத்தினடியில் அவள் சிவனால் ஏற்றுக்கொள்ளப்பட்டு ஏகாம்பரேசுவரர் கோயிலில் உடனுறையாய் அமர்ந்து சுந்தரரால் பாடல் பெற்றாள்.

உக்கிரநிலையிலான பெண்படிமங்கள்

தமிழகத்தைப் பொறுத்தவரை பல்லவர் கால சிற்பங்களில் மகிஷமர்த்தினி படிமம் மாமல்லை, காஞ்சிபுரம் உள்ளிட்ட தொண்டை மண்டலப் பகுதியில் அதிக எண்ணிக்கையில் கிடைக்கின்றன.

எருமையரக்கனை வென்ற பெண்தெய்வத்தின் படிமம் அது. அப்பெண் தெய்வ படிமமோ வேட்டைச் சமூகத்தைச் சேர்ந்தது. எருமைத்தலை பெற்ற மகிபா என்ற தெய்வத்தை வணங்கியவர்கள் தக்காணத்தின் மேய்ச்சல் பழங்குடிகள். இரண்டுக்குமான பூசல் இங்கு புராணப்பின்னணி யோடு காட்டப்படுவதை நாம் கவனிக்கவேண்டும்.

சோழர்காலத்தில் நிசும்பசூதனி, வடவாயிற்செல்வி, துர்க்கை, காளி போன்ற வடமரபு சார்ந்த வைதிக சமயங்களில் உருவான பெண் தெய் வங்கள் போற்றப்பட்டன. சோழர்களின் பெரும்பணியான திருக் கோயில்களின் வளர்ச்சி நிலையில் அர்த்தமண்டபத்தின் வடக்குக் கோட்டத்தில் மேற்கண்ட தெய்வங்களின் உருவமைதிகளையும் தாங்கி யவாறு பெந்தெய்வப் படிமங்கள் இடம் பிடித்தன. வடபுற கோட்டத் தில் இடம் பெற்ற இத்தேவியின் இருபுறமும் மான், சிங்கம் ஆகிய வாகனங்கள் காட்டப்பட்டன. ஏனெனில் மான் அவளின் தொல் பழங்கால மரபின் வாகனமாகும். சிங்கம் தமிழகக் காடுகளில் இல்லை. ஆயினும் வடமரபுகளிலிருந்து பெறப்பட்டது. மேலும் கொற்றவையின் இருபுறமும் வீரர்கள் தங்கள் தலைகளை அரிந்து பலிகொடுக்கும் நிலையையும் இச்சிற்பத்தொகுதியில் காணலாம். இதுவும் பண்டைய இம்மண்ணிற்குரிய தனித்துவ நிலையாகும்.

பிற்காலச் சோழர்கள் காலத்திலும் பாண்டியர் காலத்திலும் அம்மனுக்கான தனி திருமுன் கட்டப்பட்டது என்பது பக்தி காலத்திற்கு பின்னான பெண் தெய்வ வழிபாட்டின் எழுச்சி என்றே கூறலாம். இரண்டாம் இராஜராஜனால் கட்டப்பட்ட தாராசுரம் கோயில் ஒரு பெண் தெய்வத்திற்கான கோயில். மதுரை, நெல்லை, திருவரங்கம், திருவானைக்கா போன்ற பல தலங்களில் பாண்டியர்கள் அம்மனுக்கு தனிச்சந்நிதி அமைத்தார்கள். இதனை விசயநகரநாயக்கர்கள் தொடர்ந் தனர்.

1. வேளாண்மையுடன் தொடர்புடைய தாய்த்தெய்வம்-
தவ்வை, தச்சூர், விழுப்புரம்.

மகப்பேறு

பெறத் தகுந்த பேறுகளில், அறியவேண்டியவைகளை அறியும் நன்மக்களைப் பெறுவதைத் தவிர மற்றப் பேறுகள் மதிப்பற்றவையாகும் என்பது குறள்மொழி. பெண் பெறும் நற்பேறுகளில் முதன்மையானதும் முக்கியமானதும் மகப்பேறு. நற்கணவன் வாய்க்கும் பேறினைக் காட்டிலும் மக்கட்பேறே அவளைச் சிறப்புடையவளாக்குகிறது. மகவு பெற்ற பின் பெண் தாய் ஆகிறாள். தாய்மைப் பண்பே உலகின் எல்லா அருங்குணங்களிலும் மேம்பட்டது. எனவே தாய்மைப் பேற்றினை அனைவரும் போற்றிச் சிறப்பிக்கின்றனர். கருவுற்றப் பெண்ணிற்கு சமயச் சடங்குகளைச் செய்து காப்பு செய்கின்றனர். எவ்வித ஊறு நேராமலும், கண்ணேறு தீண்டாமலும் அப்பெண்ணையும் அவள் ஈனப் போகும் மகவையும் காப்பதற்கு மந்திரங்களைச் செய்கின்றனர். மகவு ஈன்றதற்கு அடையாளமான வயிற்றின் சுருக்கங்கள் காணப்படும் பெண்ணே மங்கலக் காரியங்களில் முன்னின்றதாக சங்க இலக்கியங்கள் தெரிவிக்கின்றன. 'ஈன்று புறந்தருதல் என்தலைக் கடனே' என்று தாய் கூறுவதாக அமைந்த சங்கப்பாடல், அதுவே பெண்ணின் தலையாயக் கடன் என்பதைச் சுட்டுகிறது. மகட்பேறு வாய்க்காதோர்க்கு அவ்வுலகில் இடமில்லை என்று உபநிடதங்கள் கூறுகின்றன. புத்திர பாக்கியம் எனப்படும் மக்கட்பேறு உலகின் இடைவிடாத சுழற்சிக்கு இன்றியமையாதது. இயக்கவிதியின் மையக்கரு இங்கிருந்தே தொடங்குகிறது. உலக உயிரினங்கள் யாவற்றிற்கும் மக்கட்பேறு இயற்கையளித்த கொடையாகும். உயிரினங்கள் தம் சந்ததிகளை இந்த பூமியில் விட்டுச் செல்வதே அவைகளின் தலையாயக் கடனாக பண்டு கூறப்பட்டுள்ளது.

தொல்பழங்காலத்தில் மானுடவியலின் இயக்கவிதிப்படி மனிதன் தன் இனத்தைப் பெருக்க வேண்டிய நிர்பந்தத்திற்குக் கட்டுப்பட்டான். விலங்கினங்களின்துன்புறுத்தல்களிலிருந்தும், இயற்கைச்சீற்றங்களிலிருந்தும் அவன் தன்னைக் காத்துக்கொள்ள அவனுக்கு மிகப்பெரிய இனக்

குழு தேவையாய் இருந்தது. எனவே மகப்பேறு புனிதமாகவும் சிறப் புடையதாகவும் கருதப்பட்டது. ஆனால் அதில் ஆணின் பங்கிருந்ததை அவர்கள் அறியவேயில்லை. பெண்ணிற்கே தாய்மைப்பேற்றின் சிறப்பு முழுவதும் அளிக்கப்பட்டது. அவளின் மாதவிலக்கு மந்திரசக்தி படைத் ததாகவும் புனிதமாகவும் கருதப்பட்டது. பெண் மிகுந்த வலிமை யுள்ளவளாகவும் படைக்கும் ஆற்றல் படைத்தவளாகவும் போற்றப் பட்டாள். ஹரப்பாவில் கிடைத்த சுடுமண் முத்திரை ஒன்றில் தலைகீழாக உள்ள பெண்ணின் பிறப்புறுப்பிலிருந்து செடி ஒன்று வெளிவருவதாக காட்டப்பட்டுள்ளது. இச்சிற்பம் தாவரங்கள் மற்றும் விலங்கினங்கள் அனைத்திற்கும் தாயே வழியானவள் என்பதைக் காட்டுவதாக அமைந் துள்ளது. மேலும் வேளாண்மைக்குரிய கடவுளாகவும் பெண் காட்டப் படுகிறாள். மேலும் அங்கு கிடைத்த மற்றொரு முத்திரையில் பெண்ணின் இனவுறுப்பிற்கு அருகே ஆமை ஒன்று காட்டப்பட்டுள்ளது. இதுவும் விலங்கினத்திற்கும், நீர், நில வாழ் உயிரினங்களிற்கும் தாயே முதன்மைக்காரணியானவள் அவளிடத்திலிருந்தே இயக்கம் தொடங்கு கிறது என்பதைக் காட்டுவதாக அமைந்துள்ளது.

தொன்மங்களில் மகவு

ஈனாப் பெண்டிர்க்கு அபூர்வ சக்தி இருப்பதாகவும், அவள் மந்திரத்தன்மை வாய்ந்தவளாக விளங்குவாள் என்றும் தொல்குடிகளில் நம்பிக்கை இருந்து வந்தது. உலகெங்கும் பத்தினித் தெய்வங்களைக் காட்டிலும் கன்னித் தெய்வத்திற்கு மிகுந்த வழிபாடு நடத்தப்பட்டு வந்தது. தங்கள் தெய்வம் கன்னியாகவே இருத்தல் வேண்டும் என்பதில் பழங்குடிகள் மிகுந்த குறிக்கோளாய் இருந்தனர். அப்போதுதான் அப் பெண் தெய்வத்தின் சக்தி அதிகரிக்கும் என்றும், தங்களுக்குத் தேவை யான வளமையை அந்த சக்தி நல்கும் என்றும் நம்பப்பட்டு வந்தது. எனவே தான் ஆண் தெய்வத்தோடு பெண் தெய்வத்தை இணைக்கும் திருமணச் சடங்கு பலவிடங்களில் மறுக்கப்பட்டு வந்தது. சான்றாக கன்னியாகுமரி தெய்வத்தைக் கூறலாம். அக்கன்னி தெய்வத்திற்கு சிவனோடு நடக்க விருந்த திருமணம் நிறுத்தப்பட்டதாக புராணங்கள் கூறுகின்றன. அவள் என்றும் கன்னியாக இருப்பதையே அவள்தம் மக்கள் விரும்பினர். கன்னித் தாய்க்கு பிறக்கும் மகவுக்கு சிறப்புத் தன்மையும்; வலிமையும் வளமையும் அதிகமிருப்பதாக நம்பினர். குந்திக்கு அவள் கன்னிப் பருவத்தில் பிறந்த கர்ணனும், கன்னிமேரிக்குப் பிறந்த இயேசு நாதரும் இங்கு நோக்கத்தக்கவர்கள். 'கன்னிமை (Virginity) உயர்ந்தது. கன்னியிடம் இதுவரை பயன்படாத சக்தி பொதிந்து கிடக்கின்றது. அந்த சக்தியை ஒரு பக்தன் பயன்படுத்தினால் அவன் அளவற்ற செல்வத்தைப் பெறலாம்' என்று ஜியார்ஜிஸ் டும்சில் கூறுவார் (The destiny of a King).

எனினும் இத்தகைய மந்திர ஆற்றல் மிக்க சக்தியை ஒருங்கே கொண்டிருக்கும் பெண் தனது இரத்தமும் உயிருமாக பிள்ளை பெற்றபின் அவளின் அந்த ஒருங்கிணைந்த ஆற்றல் அம்மகவைச் சேர்ந்து விடுகிறது என நம்பப்பட்டு வந்தது. அதாவது பெண்ணின் மந்திரசக்தியின் திரட்டுதான் அவளின் மகவு என்ற பழங்குடி நம்பிக்கைக்கு பார்வதி தனது சக்தியெல்லாம் திரட்டி தன் பிள்ளை முருகனுக்கு வேல் கொடுத்ததும், விநாயகர் பிறப்பும் தக்க சான்றுகளாகும். முருகனின் பிறப்பு சற்று வித்தியாசமானது. அவன் பெண் கருவில் தோன்றாதவன். சிவனின் சக்தியின் வெளிப்பாடாக உருவானவன். ஆயினும் அவனுக்கு கார்த்திகைப் பெண்கள் அறுவர் தேவைப்பட்டனர். பெண்ணைப் போலவே ஆணும் உயிரினைத் தோற்றுவிக்கமுடியும் என்பதன் குறியீடே அதாவது பெண்ணற்ற சமுதாயத்தை இயங்கச் செய்யவியலுமென்ற ஆணின் மேலாதிக்க கூறுகளின் ஒரு வடிவே முருகன் பிறப்பாகும் எனக் கொள்ளவும் இடமுண்டு. ஆயினும் அதனை கங்கை ஏந்துகிறாள் என்ற செய்தியும் கந்தபுராணத்தில் வருகின்றது.

திருவண்ணாமலை மாவட்டம் திருமலை மற்றும் அதன் சுற்றுப் பகுதிகளில் விதைப்பின் போது மஞ்சள் அல்லது சாணியில் பிள்ளை போன்று உருவம் பிடித்து வைத்து வழிபட்ட பின் விவசாய வேலையைத் தொடங்குகிறார்கள். இது பிள்ளையார் வழிபாடாகும். அதாவது பிள்ளை போன்ற உருவத்தைச் செய்து அதனை வழிபடுதலாகும். ஏனெனில் மகவின் வளர் ஆற்றல் பயிருக்கும் வருதல் வேண்டும் என்பதன் குறியீடாகும். இது பின்னர் கணபதி வழிபாட்டோடு இரண்டற கலந்து விட்டது எனலாம். ஏனெனில் பிள்ளையார் வழிபாடு தென்னகத்தில் கணபதி வழிபாட்டிற்கும் முன்னோடியாகும். பிள்ளை போன்று நன்றாக பயிர் வளர வேண்டும் என்ற வளமைச் சடங்கின் ஒரு முறையாக அங்கு பிள்ளை வடிவம் வணங்கப்படுகிறது. பின் பார்வதியின் பிள்ளை வழிபாடு இதனோடு கலந்துவிட்டது. தமிழகத்தின் தென் மற்றும் மேற்குப் பகுதிகளில் விதைப்பின் போது சிறுவயது பெண் பிள்ளையை முதல் நடவை நடச் செய்கிறார்கள். அக்கன்னிப் பெண்ணின் மந்திர ஆற்றலை நம்புகிறார்கள். அவள் தொடங்கி வைக்கும் இச்செயலானது ஏராளமான அறுவடையைக் கொடுக்கும் என்பது அவர்கள் நம்பிக்கை. மேலும் அறுவடையின் போது நிறைமாத கர்ப்பிணிப் பெண் எதிர்வரக் கண்டபின் அறுவடையைத் தொடங்குகிறார்கள். அவளின் மகப்பேறு போன்று பயிரும் நன்கு செழித்து வளர்ந்து விளைச்சல் பெருகி நன்மை பயக்கும் என்ற நம்பிக்கையின் அடிப்படையாகும் அது.

தாய்மைப்பேறு பெண்ணுக்கு இயற்கையளித்த ஒப்பற்ற கொடையாகும். அந்த சிறப்பில் பங்கு பெற ஆணும் விழைந்ததுண்டு. திருவிளையாடற் புராணத்தில் சிவன் தாயை இழந்த பன்றிக்குட்டிகளுக்கு

தாய்ப் பன்றியாய் வந்து பாலூட்டிய கதை பிரசித்திப் பெற்றதாகும். இக்கதையின் சிற்பம் மதுரை மீனாட்சி சுந்தரேசுவரர் கோயிலில் அமைக்கப்பட்டுள்ளது. அம்மையே அப்பா என்று தாயை முன்னிறுத்தி இறைவனைப் பாடுகிறார் மாணிக்கவாசகர். உயிர்கள் அனைத்தும் தாயின் வடிவமாகவே இறைவனைக் காணுவதாக அடியார்கள் உருகுகிறார்கள். மகப்பேற்று வலியால் துடித்துக் கொண்டிருந்த பெண்ணொருத்திக்கு ஆற்றின் பெருக்கால் அவள் தாய் வரவியலாத நிலையில் அவள் தாயாக சிவபெருமான் வந்து பண்டுவம் பார்த்து சிவன் தாயும் ஆன நிகழ்வினை திருச்சி தாயுமானவர் சுவாமிக் கோவிலின் திருக்கோயில் தலவரலாறு எடுத்துரைக்கிறது. மகப்பேறு விளையவும், துன்பமின்றி மகவைப் பெறவும் வழிபடப்பெறும் பெண் தெய்வங்களுள் கும்பகோணத்தில் தனியம்மனாக வழிபடப்பெறும் 'சன்னராயி அம்மன்' புகழ்பெற்றதாகும். பூம்புகார் அருகில் மேலப் பெரும்பள்ளம் என்ற ஊரில் கிடைத்த முதுமக்கட் தாழியின் வெளிப் பகுதியில் வயதான நிலையில் ஒரு தாயின் உருவமும், மற்றொரு தாழியில் குழந்தைப் பெற்ற பருவ நிலையில் ஒரு பெண்ணின் உருவமும் வனையப்பட்டுள்ளது. மகப்பேறு காலத்தில் இறந்துபடும் பெண்ணின் நினைவாக நாட்டப்படும் சுமைதாங்கிக் கல்லை வழிபட்டு மகப்பேறு சிரமமின்றி நடைபெற வேண்டிக்கொள்ளும் நம்பிக்கையும் தமிழகக் கிராமப்புறங்களில் நிலவி வருகின்றது.

இலக்கியங்களில் மகவு

சங்க இலக்கியங்களில் மதுரைக்காஞ்சியும் நற்றிணையும் பேறுகாலத் திற்குப் பிறகான பெண்ணின் நீராடலைப் பற்றிக் குறிப்பிடுகிறது. மகவின் கழுத்தில் புலிப்பல் கட்டுப்பட்டு இருந்ததாக குறுந்தொகைக் கூறுகிறது. தலைவன் தலைவியின் இடையில் உறங்கிக் கொண்டிருக்கும் குழந்தையைப் படம் பிடிக்கிறது சங்க இலக்கியப் பாடலொன்று. குழந்தைப் பேறே தம்பதியர் பெறும் பெரும் பேறாகும் என்பதாகப் பாடல் அமைகின்றது.

சிற்றில் நல்தூண் பற்றி நின்மகன்
யாண்டுஉள னோஎன வினவுதி; என்மகன்
யாண்டுஉளன் ஆயினும் அறியேன் ஒரும்
புலி சேர்ந்து போகிய கல்அளை போல
ஈன்ற வயிறோ இதுவே
தோன்றுவன் மாதோ போர்க்களத் தானே.

(புறம்.86)

புலிகிடந்து போன குகையைப் போன்று அவனைப் பெற்ற வயிறு இதுவாம். அவன் போர்க்களத்திலே தோன்றுவான் ஆங்கு போய்ப்பார்

என்று வீரனைப் பெற்ற தாய் ஒருத்தி உன் மகன் எங்கு உளான் என வினவிய தோழிக்கு உரைத்ததாக மேற்கண்ட புறநானூற்றுப் பாடல் காட்டுகின்றது. ஈன்ற பொழுதிற் பெரிதுவக்கும் தன்மகனைச் சான்றோன் எனக்கேட்ட தாயின் வீரவுரை அது. சான்றோன் என்பது இங்கு வீரனைக் குறிக்கிறது.

யாழிசையோடும் ஒவ்வாது. காலத்தொடும் பொருந்தாது. பொருள் அறிதற்கும் இயலாது. மழலையின் மொழி யாருக்கும் பொருள் அறிதல் இயலாதாயினும் பெற்றவர்க்குக் குழந்தைகளின் மழலைச் சொல் பேரின்பம் செய்யும். ஆதியமானின் அருள்பெற்ற ஔவையின் வாய்ச் சொற்களும் இத்தகையவே. *(புறம்.92)*

'செறுவர் நோக்கிய கண்தன்
சிறுவனை நோக்கியும் சிவப்பானாவே'

(புறம்.100)

புதல்வனைப் பார்க்கின் யார்மனமும் இன்பத்தால் களிப்புறும். துன்பமும் சினமும் நீங்கும். ஆயினும் அதியமானுக்கு சினம் உண்டாக்கிய பகைவரை வெகுண்டு பார்த்த அவன்தன் கண்கள் தன்னுடைய இளம் புதல்வனைப் பார்த்தும் சிவப்புக் குறையாமல் சினத்தொடு சிவந்திருந்தன என்கிறார் அவ்வையார்.

'ஆவும் ஆனியல் பார்ப்பன மாக்களும்
பெண்டிரும் பிணியுடை யீரும் பேணித்
தென்புல வாழ்நர்க் கருங்கடன் இறுக்கும்
பொன்போல் புதல்வர் பெறாஅ தீரும்
எம்அம்பு கடிவிடுதும் நும்அரண் சேர்மினென''

(புறம்.9)

பாண்டியன் பல்யாக சாலை முதுகுடுமிப் பெருவழுதி தான் அம்பு எய்வதற்கு முன்னால் பசுக்களையும் பசு ஒத்த பார்ப்பனர்களையும் பெண்களையும் பிணியுடையோரையும் இறந்தோர்க்கு இறுதிக்கடன் செய்யும் நல்ல புதல்வரைப் பெறாதவரையும் பாதுகாப்பான இடத்திற்கு சென்று சேர்வதற்கு அறநெறி கூறுகிறான். இப்பாடலில் புதல்வரைப் பெறுதல் மானிடர்க்கு முதற்கடனாகக் கூறப்படுகிறது. புதல்வரைப் பெறாதவர்க்கு மேலுலகிலும் இடமில்லை என்று உபநிடதங்கள் கூறுகின்றன. பழியில்லாத நல்ல பண்பு உடைய மக்களைப் பெற்றால் ஒருவனுக்கு ஏழு பிறவியிலும் தீவினைப் பயனாகிய துன்பங்கள் சென்று சேராது என்று வள்ளுவமும் வலியுறுத்துகிறது.

'படைப்புப்பல படைத்துப் பலரோடு உண்ணும்
உடைப்பெருஞ் செல்வர் ஆயினும் இடைப்படக்
குறுகுறு நடந்து சிறுகை நீட்டி
இட்டும் தொட்டும கவ்வியும் துழந்தும்
நெய்யுடை அடிசில் மெய்பட விதிர்த்தும்
மயக்குறு மக்களை இல்லோர்க்குப்
பயக்குறை இல்லைத் தாம்வாழும் நாளே'

(புறம். 188)

பல்வேறு வளங்களையும் உடையவராய்ப் பலரோடு இருந்து உண்ணும் மிகப்பெரும் செல்வர் என்றாலும், அடியெடுத்து வைத்துக் காலம் இடையே உண்டாகக் குறுகக் குறுக நடந்து சிறிய கையை நீட்டிக் கலத்தில் இட்டும் அள்ளியெடுத்தும் வாயால் கவ்வியும் கையால் பிசைந்தும் நெய்ச்சோறு உடலிற் படச் சிதறியும் இனிமையால் குழந்தைப் பேறு இல்லாதவர்க்கு அவர்கள் வாழும் நாள் பயன்பாடு அமையுமாறு இல்லை.

மேற்கண்ட கருத்தையே, தம்முடைய மக்களின் சிறு கைகளால் அளாவப்பெற்ற உணவு, பெற்றோர்க்கு அமிழ்தத்தைவிட மிக்க இனிமை உடையதாகும் என்கிறது வள்ளுவம். தம் மக்களின் மழலைச் சொல் லைக் கேட்டு அதன் இனிமையை நுகராதவரே குழலின் இசை இனியது, யாழின் இசை இனியது என்று கூறுவரென்றும், தம் மக்களின் மெய் தீண்டுதல் உடலுக்கும் இன்பமென்றும், அம்மக்களின் மழலைச் சொற் களைக் கேட்டல் செவிக்கு இன்பமென்றும் குறள் உரைக்கின்றது.

கலிங்கத்துப்பரணியில் மகவினைக் காக்கும் தெய்வமாக திருமால் கூறப்படுகிறார். திருமாலின் சங்கு, சக்கரம், வாள், வில், தண்டம் ஆகிய பஞ்சாயுதங்களும் குழந்தையைக் காப்பதாகக் கருதி அதனை குழந்தை யின் இடையில் சிறு அணிகலன்களாக அணிவித்ததாகவும் குறிப்பிடு கிறது.

சிற்பங்களில் மகவு

மகப்பேற்றினைப் பற்றிய பண்டையச் சிற்பங்களும், ஓவியங்களும் தமிழ்நாட்டில் கிடைத்து வருகின்றன. திருச்சி மாவட்டம் லால்குடி வட்டம் துடையூர் சோழர்கால சிவன்கோயில் கருவறை அதிட்டானத் தில் யானை ஒன்று மகவு ஈனுவதைப் போன்ற புடைப்புச் சிற்பம் அமைக்கப்பட்டுள்ளது. யானை தாய்மைப்பேற்றின் வலியால் துடித்துக் கொண்டு பெரிய மரம் ஒன்றின் கிளையினை தனது தும்பிக்கையால் வளைத்து இழுத்துப் பிடித்தபடி நின்ற நிலையிலும், அதன் பின்புறத்தில் இருந்து யானைக்குட்டியின் பாதி உடல் வெளியில் வருவது

போன்றும் மகவு ஈனும் காட்சி காட்டப்பட்டுள்ளது. கும்பகோணம் தாராசுரம் ஐராவதேஸ்வரர் கோயிலின் வடக்குப்பிரகாரத்தின் உபபீடத்தில் யானை ஒன்று மகவு ஈனும் காட்சியும், மற்றொரு யானை அதற்கு தாய்மைப் பண்டுவம் பார்ப்பது போன்றும் புடைப்புச் சிற்பம் அமைக்கப்பட்டுள்ளது. இச்சிற்பத்தினாலேயே இக்கோயில் ஐராவதீஸ்வரம் என்று யானையின் பெயரால் அழைக்கப்படுகிறது. மேலும் இக்கோயிலின் மேற்குப் பிரகாரத்தில் உள்ள ஒரு புடைப்புச் சிற்பத்தில் ஒரு பெண் குழந்தையைப் பிரசவிக்கும் நிலையில் உள்ளமைக் காட்டப்பட்டுள்ளது. பிரசவிக்கும் பெண்ணின் இருபுறமும் இருபெண்கள் நின்றுள்ளனர். மகப்பேற்றின் வலியின் காரணமாக உடலைத் தொய்வாகக் கொண்டுள்ள மகப்பேறு வாய்க்கவுள்ள பெண் தன் இரு கைகளையும் அருகில் நின்றுள்ள இரு பெண்களின் தோள்களில் தாங்கியுள்ளாள். தமிழ்நாட்டில் மானுடப் பிரசவத்தைக் காட்டும் முதல் சிற்பம் இதுவாகும். இதன் காலம் கி.பி.12ஆம் நூற்றாண்டாகும். சுமார் 800 ஆண்டுகளுக்கு முந்தைய இச்சிற்பத்திலிருந்து பண்டைய காலத்தில் தமிழகத்தில் பெண் நின்றநிலையில் தான் பிரசவித்தாள் என்பதை அறியமுடிகிறது. வந்தவாசி அருகில் உள்ள வழூர் பிரம்மபுரீஸ்வரர் திருக்கோயில் தூண் ஒன்றில் மான் வயிற்றில் இருந்து வள்ளி பிறப்பது போன்ற காட்சி படைக்கப்பட்டுள்ளது. பின்புறக் கால்களை அகட்டி நின்ற நிலையில் உள்ள மானின் கர்ப்பப்பை துவாரத்தில் இருந்து பெண் மகவு ஒன்றின் பாதி உடல் வெளியில் வந்த நிலையில் மானின் மகப்பேறுக்காட்சி வடிக்கப்பட்டுள்ளது. எண்ணிறந்த சோழர்காலக் கற்றளிகளில் விமானத்தின் சுவர்ப்பகுதி உத்தரத்தோடு இணையும் எழுதகப்பகுதியில் ஆண்குழந்தை ஒன்று ஆடையற்ற நிலையில் படுத்த நிலையில் காட்டப் பட்டுள்ளது.

திருக்கோடிக்கா சிவன் கோயிலின் கோபுரத்தில் நிறைமாதக் கர்ப்பிணிப் பெண் ஒருத்தியின் தாய்மைக்கோலம் சுதைச் சிற்பமாகக் காட்டப்பட்டுள்ளது. கோபுரத்தில் இத்தகைய வளமைச் சிற்பங்கள் காட்டப்படுதல் மரபு. திருவீழிமிழலை திருக்கோயிலில் காணப்படும் ஓவியம் ஒன்றில் கர்ப்பிணிப் பெண்ணின் தாய்மைப் பேற்றைப் போற்றும் விதமாக மற்ற பெண்கள் ஆடல் பாடலில் ஈடுபட்டுள்ளனர். மகவு ஈனும் பெண்மைக்கு பெருமை சேர்க்கும் முறைமையே சீமந்தம் என்னும் சீராட்டுப் போன்று இவ்வோவியக் காட்சி அமைந்துள்ளது. மதுரை மீனாட்சி சுந்தரேஸ்வரர் திருக்கோயிலின் சுவாமி சந்நிதி பிரகாரத்தில் தூண் ஒன்றில் அமர்ந்த கோலத்தில் உள்ள கர்ப்பிணிப் பெண்ணின் உருவம் வடிக்கப்பட்டுள்ளது. அப்பெண்ணின் பெரிய வயிற்றினைச் சுற்றி எண்ணெய் தடவி மகப்பேறு வாய்க்க பெண்கள் வழிபாடு செய்கின்றனர். வேலூர் மாவட்டம் அவரைக்கரை என்னும் ஊரின்

ஆற்றங்கரையில் கிடைத்த வட்ட வடிவ தொட்டி போன்ற அமைப் புடைய மண் தாழி ஒன்றின் வெளிப்புறப் பக்கவாட்டில் மகப்பேறு புடைப்புச் சிற்பம் அமைக்கப்பட்டுள்ளது. இத்தாழியின் வாய் விளிம்புப் பகுதியில் காணப்படும் கல்வெட்டொன்று இது ஒரு பெண் ஈத்த தன்ம மாகக் குறிப்பிடப்படுகிறது. அப்புடைப்புச் சிற்பத்தில் தாய்மையுற்ற பெண்ணொருத்தியை இரு பெண்கள் தாங்கலாய்ப் பிடித்துள்ளனர். கர்ப்பிணிப் பெண்ணின் இரு கைகளும் அப்பெண்களின் தோள்களை அழுத்திப் பிடித்தவாறு அமைந்துள்ளன. குரங்கு, யானை போன்ற உரு வங்களும் மற்றொரு பக்கத்தில் காட்டப்பட்டுள்ளன. வளமையைக் குறிக்கும் சிற்பமாக இது அமைந்துள்ளது. யானையைக் கர்ப்பிணிப் பெண் கனவிலோ நனவிலோ காண்பது சிறப்பிற்குரியதாக பண்டு கருதப் பட்டது. புத்தரின் தாய் அவர் பிறப்பிற்கு முன் யானை ஒன்று தன் கர்ப்பத்தில் ஊடுருவதாக கனவு காண்கிறாள். அங்ஙனமாயின் அப் பிறப்பு புனிதமடைவதாக நம்பிக்கை நிலவியது.

பூம்புகார் அருகேயுள்ள பல்லவனீச்சுவரம் கோயிலில் குழந்தை முருகனுடன் பார்வதி அமர்ந்துள்ள செப்புத்திருமேனி ஒன்று உள்ளது. கொற்கையில் கி.பி.14ம் நூற்றாண்டைச் சேர்ந்த மகவை மடியில் வைத் துள்ள மங்கை ஒருத்தியின் கற்சிற்பம் காணப்படுகிறது. காஞ்சி கைலாச நாதர் கோயிலில் திருச்சுற்றுமாளிகையில் காணப்படும் சிற்றாலயங்களில் சோமாஸ்கந்தர் தொகுதி சிற்பம் அமைக்கப்பட்டுள்ளது. மகப்பேற்றின் அழகினையும் சிறப்பினையும் அதன் உலகியல் தத்துவத்தையும் உணர்த்தும் விதமாக தாய் தந்தையரின் நடுவே தாயின் மடக்கிய வலதுகால் தொடையின் மேல் குழந்தை அமர்ந்துள்ளது. இச்சிற்பத் தொகுதியில் இறைவியின் நீட்டிய காலின் கீழ் கும்பம் ஒன்று (கரகம்) வைக்கப் பட்டுள்ளது. கும்பம் தாயின் வயிற்றைக் குறிப்பதாகும். கும்பத்தில் உள்ள புனிதநீர் தாயின் கருப்பையில் உள்ள குழந்தையின் உயிர் நீரினைக் குறிக்கிறது. மகாராஷ்டிராவில் பல பழங்குடிகளின் சடங்குகளில் கும்பத் தில் குழந்தை போன்ற உருவம் சிவப்புச் சாயத்தால் வரையப்படுகிறது. இது தாயின் வயிற்றில் குழந்தை உள்ளதை அடையாளப்படுத்துவதாக அமைகிறது. புத்தசமயத்தில் ஹாரத்தி என்ற பெண்தெய்வம் இடுப்பில் குழந்தையை வைத்த நிலையில் அமைந்துள்ளது. இத்தாய்த்தெய்வம் இன்றும் வழிபாட்டில் இருந்து வருகின்றது. மகவோடு அன்னையை வணங்கும் முறை உலகெங்கும் காணப்படுகின்றது. மேரி மாதா வழிபாடு இங்கு நினைவுகூரத்தக்கது. சமண சமயத்தில் யக்ஷி அம்பிகா என்ற பெண் தெய்வம் இடுப்பில் ஒரு குழந்தையையும் தன் காலுக் கருகே மற்றொரு குழந்தையையும் வைத்துள்ளது. நாட்டுப்புறத் தெய்வ மான பேச்சியம்மன் உருவமைப்பும் யக்ஷி அம்பிகாவைப் போன்றதே. கணவனால் கைவிடப்பட்ட நிலையில் குழந்தைகளைக் காக்கும் நிலையில் உள்ள பெண்ணின் கதையே இத்தெய்வத்திற்கு வழங்கப் படுகிறது. தமிழ்நாடெங்கும் பரவலான நிலையில் பேச்சியம்மன் வழிபாடு

காணப்படுகின்றது. இத்தெய்வம் தான் பின்னாளில் சமணத்துடன் இணைந்ததா என்பதை ஆராய வேண்டியுள்ளது.

பூம்புகார் கடற்பரப்பு ஆய்வின் போது கி.பி.முதலாம் நூற்றாண்டைச் சேர்ந்த மகவுடன் கூடிய தாயின் சிற்பம் ஒன்று மீனவர்களால் கண்டெடுக்கப்பட்டது. தாய் மகவுக்கு பாலூட்டிய நிலையில் இச்சிற்பம் அமைக்கப்பட்டுள்ளது. இச்சிற்பம் தாய்மைப் பேற்றினைக் காட்டும் அடையாளமாக விளங்குகிறது. ஹரப்பாவில் கண்டெடுக்கப்பட்ட இடுப்பில் குழந்தையைத் தாங்கியுள்ள தாய்ச் சிற்பம் சிறப்பு வாய்ந்தது. குழந்தைக்குப் பாலூட்டும் நிலையில் காணப்படும் மற்றொரு சிற்பம் அரவக்குறிச்சியில் கண்டெடுக்கப்பட்டது. இச்சிற்பங்களை பெண்கள் வழிபட்டால் மகப்பேற்றிற்குப் பின் குழந்தையின் இன்றியமையாத உணவான தாய்ப்பால் நன்கு சுரக்கும் என்பது மக்களின் நம்பிக் கையாகும். அழகன்குளம், திருக்காம்புலியலூர், கம்பட்டி, சாயாவனம், மண்மங்கலம், உத்தமநாயக்கன்பாளையம் ஆகிய ஊர்களில் தாய்சேய் சுடுமண் உருவப் பொம்மைகள் அகழாய்விலும் மேற்பரப்பு களஆய்விலும் கிடைத்துள்ளன. திருச்சி மாவட்டம் முசிறியின் வடக்குப்பகுதியில் உள்ள கொடுந்துறையைச் சார்ந்த காருணீகர் என்னும் பிரிவினர் தங்கள் இல்லங்களில் ‘குப்பாத்தி அம்மன்’ என்ற பெயரில் தாய்சேய் உருவ சிற்பங்களை வைத்து வழிபடுகின்றது. இது அவ்விடத்தில் தொன்று தொட்டு நிலவி வரும் நம்பிக்கையாகும்.

திருப்பருத்திக்குன்றம் கோவிலில் காணப்படும் விஜயநகரக் காலத்தைச் சேர்ந்த ஓவியம் ஒன்று கருவுற்ற பெண்ணொருத்தி பிரசவத்திற்காக காத்திருப்பதைக் காட்டுகிறது. இவ்வோவியம் கி.பி.16ம் நூற்றாண்டைச் சேர்ந்ததாகும். ஸ்ரீரங்கம் மற்றும் அழகர்கோவில்களின் மண்டபக் கூரைகளில்இராமாயணக்காட்சிகள்ஓவியங்களாகதீட்டப்பட்டுள்ளன. இவ்வோவியங்களில் இராமன், லக்குவன், பரதன், சத்ருகணன் ஆகியோரதுபிறப்புகாட்சிகளாகத்தீட்டப்பட்டுள்ளன.இவ்வோவியங்களின் அவர்களது தாயார்கள் மார்பு வரை துணி மூடப்பட்ட நிலையில் பணிப்பெண்கள் அருகிருக்க நின்ற நிலையில் காட்டப்பட்டுள்ளனர். இராமநாதபுரம் இராமலிங்க விலாசத்தில் தீட்டப்பட்டு இராமாயண ஓவியங்களிலும் இக்காட்சிகள் இடம்பெற்றுள்ளன. கருவுற்றப் பெண் நின்றநிலையில் பிரசவிப்பதையே இவ்வோவியங்கள் காட்டுகின்றன. தற்போதைய பிரசவ நிலையிலிருந்து மேற்கண்ட நிலை வேறுபட்டது என்பதை இதன்மூலம் அறியமுடிகிறது. கி.பி.18ஆம் நூற்றாண்டு வரை கிடைக்கும் தரவுகள் பெண்ணின் நின்ற நிலை பிரசவத்தையே விளக்குகின்றன. இந்நிலை ஆராயத்தக்கது.

குறிப்புதவி நூல்கள்:

1. புறநானூறு, நற்றிணை, குறுந்தொகை, மதுரைக் காஞ்சி – சங்க இலக்கியம் கோவிலூர் மடம் பதிப்பு
2. மு.வ. திருக்குறள்; தெளிவுரை
3. கலிங்கத்துப்பரணி
4. Natana.Kasinathan, 'Delivery System in Ancient Tamilnadu, கல்வெட்டு காலாண்டிதழ் 35, தமிழ்நாடு அரசு தொல்லியல் துறை, சென்னை.
5. கோ.முத்துசாமி, 'தாய்த்தெய்வ சுடுமண் உருவங்கள்பூம்புகார்', கல்வெட்டு காலாண்டிதழ் 81, தமிழ்நாடு அரசு தொல்லியல் துறை, சென்னை.
6. 'Prevalence of Mother and Child Terracotta Images and their Significane in Tamil Nadu', கல்வெட்டு காலாண்டிதழ் 88, தமிழ்நாடு அரசு தொல்லியல் துறை, சென்னை.
7. கட்டுரை ஆசிரியரால் செய்யப்பட்ட களஆய்வுத் தரவுகள்

1. மகப்பேறு நிலை, புடைப்புச்சிற்பம்

2. குறங்கணிநாதர் கோயில் தூணில் காட்டப்பட்டுள்ள மகப்பேறு காட்சி

3. தசரதர் மனைவியர் மகப்பேறு, போடிநாயக்கனூர் அரண்மனை சுவரோவியம்.

4. மகவுக்கு பாலூட்டுதல், போடிநாயக்கனூர் அரண்மனை சுவரோவியம்.

5. பழையோள் குழவி, தஞ்சாவூர் செப்புத்திருமேனி

6. கொற்றவைச் சிறுவன், தாராசுரம் ஐராவதேஸ்வரர் கோயில்

7. குழந்தையை தாலாட்டுதல், சிதம்பரம் கோயில் சுவரோவியம்

8. குழந்தையை நீராட்டுதல், சிதம்பரம் கோயில் சுவரோவியம்

10. மாமல்லபுரம் யானைக் கூட்டம்

9. கைலாசநாதர் கோயில் சோமாஸ்கந்தர்

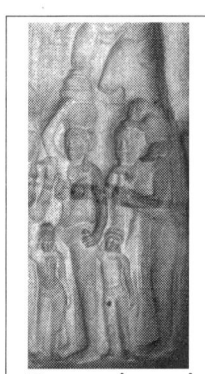

11. மாமல்லபுரம் ஆயர் குழந்தைகள்

திருமறு: வளமைத் தாயின் பழமை வடிவம்

இந்தியாவின் குறிப்பிடத்தக்க இருபெரும் கடவுள் சமயங்களில் ஒன்று வைணவம். விஷ்ணுவை முழுமுதற் கடவுளாக வழிபடும் இந்து சமயப் பிரிவுகளுள் ஒன்றாகும். விஷ்ணு என்ற மூலக்கடவுளின் பெயரில் உண்டான இச்சமயம் வைஷ்ணவம் என்றும் தமிழில் வைணவம் என்றும் அழைக்கப்படுகிறது. விஷ்ணு என்பதற்கு எங்கும் நிறைந்தவன் என்பது பொருளாகும். விஷ்ணு என்னும் கடவுள் நாராயணன் என்னும் நீர்க்கடவுள், மாயோன் எனும் காடுறைத்தெய்வம், விண்ணுலக அதிபதி, மேய்ச்சல் நிலத்தெய்வம் ஆகியவற்றின் ஒருங்கிணைப்பாகும்

வைணவம் என்பது...

வைணவம் வாழ்க்கையின் குறியீடு. வாழ்க்கை வடிவமாக விஷ்ணு காட்டப்படுகிறார். வளமையே வாழ்வின் ஆதாரம். குறிக்கோள். எனவே தான் விஷ்ணு பட்டு, பீதாம்பரராய், கிரீட மகுடராய் வளமிக்க புருஷராகக் காட்டப்படுகிறார். உலக வாழ்க்கை என்னும் புருஷர்க்கு வேண்டுவனவாக துணையாக நிலமகளும், திருமகளும் காட்டப் படுகின்றனர். வாழ்க்கை பூமியில் தொடங்குகிறது. வாழ்வதற்கு வள மையான செல்வங்கள் தேவை. இவையே பூதேவி, ஸ்ரீதேவி சமேதராக விஷ்ணுவைக் காட்டும் குறியீடு. விஷ்ணு, நாராயணன், பகவான், பெருமாள் முதலியன வைணவக் கடவுளின் முதன்மைப் பெயராகும். நாராயண வழிபாடு மிகப்பழமையான வழிபாடாகும் நாராயணன் என்பது நார்+அய்+அன் என பிரிக்கலாம். நார் என்பது நீர். அய் என்பது ஓரிடத்தில் கிடத்தல். நீரின் மேல் கிடப்பவன் நாராயணன் என்று பொருள்படும் ஏனெனில் ஐம்பூதங்களில் நீரின் வழிபாடு இன்றிய மையாதது. நீராக விஷ்ணுவும் நெருப்பாக சிவனும் உருவகிக்கப்படு கின்றனர். சங்கரநாராயணன் அல்லது ஹரிஹரன் என்ற உருவமைதி நீரும் நெருப்பும் என்ற தத்துவத்தைக் காட்டுவதாகக் கொள்ளவேண்டும். மாமல்லபுரம், திருவரங்கம், திருமுக்கூடல் ஆகியன நீர்நிலை வைணவக்

கோயில்களில் குறிப்பிடத்தக்கன. மேலும் காவிரி, தாமிரபரணி, வையை ஆற்றங்கரைகளில் பாடல்பெற்ற வைணவக் கோயில்கள் அமைந் துள்ளன.

வைணவத்தின் தொன்மை

குப்தர் காலத்தில் செல்வாக்கு பெற்று தெற்காசியா முழுவதும் வைணவம் பரவியிருந்தது. சைவமும், வைணவமும் இந்திய நிலப் பகுதிகளில் நிலவிய தொன்மையான பழங்குடி வழிபாட்டு முறைகளில் இருந்துஉருவாகிவந்தவைஎனலாம்.பல்வேறுபழங்குடித்தெய்வங்களும், வழிபாட்டு முறைகளும், சடங்குகளும், நம்பிக்கைகளும் சமூக வளர்ச்சிப் போக்கில் ஒன்று கலந்து வளர்ந்து அவை உருவாயின. பழங்குடிச் சமூகம் அரசுகளாகி, பேரரசுகளாக ஆனபோது அவை பெருஞ்சமயங்களாக முதிர்ந்தன. இவ்வாறு பழங்குடிகளை தங்கள் சமயத்தில் இணைத்துக் கொள்வதில் வைணவம் முதன்மை பெற்றது எனலாம். மாயோன் முல்லைநிலத் தெய்வம். திருமால் வாழ்வின் தலைவன். நீரின் தெய்வம் நாராயணன். விஷ்ணு விண்ணுலக அதிபதி. பரிபாடலில் மாயோன் எனப்படும் திருமால் போற்றப்படுகிறான். வாலியோனாகிய பலராமன் வேளாண்மைக் கடவுள். ஆயர் குலத் தலைவன் கிருஷ்ணன், சக்கர வழிபாடு, மேலும் பழங்குடிகளின் குலக்குறியீடுகளான மீன், ஆமை, வராகம், சிம்மம் போன்றவை வைணவ வழிபாட்டில் இணைக்கப்பட்டு விஷ்ணு பெருந்தெய்வம் ஆகிறார். விஷ்ணுவின் பத்து அவதாரங்கள் பழங்குடிகளில் பத்து பழங்குடிகள் வைணவத்தில் இணைக்கப்பட்டதை குறிப்பதாக வரலாற்று நோக்கில் அறிய வேண்டும். இவற்றில் வராகம் வேளாண்மைக் கடவுள் ஆவார். வராகம் பூமியைத் தோண்டும் இயல்பு டையது. வராகத்திடமிருந்தே ஆதிமனிதன் வேளாண்மையைக் கற்றுக் கொண்டான். எனவே வராகம் நிலத்துடன் தொடர்புடையது. இக் குறியீடே வைணவத்தில் நிலமகளை மீட்ட வராக அவதாரம் ஆகும். மேய்ச்சல் நிலத்தின் தலைவன் கிருஷ்ணன். அவன் ஆநிரைகளைக் காத் தவன். அவனோடு தொடர்புடையது மலையும், மழையும், கால் நடைகளுமாகும். தென்னிந்தியாவில் ஆநிரைகளைக் காத்த வீரனின் நினைவாக நடுகல் நட்டு அதனை வழிபடும் வழக்கத்தை சங்க இலக்கியப் பாடல்களின் மூலம் அறியலாம். முல்லை நிலத்தின் ஆயர்களின் குல தெய்வம் ஆநிரைக் காத்த வீரர்களின் நினைவாக எடுக்கப்பட்ட நடு கற்களே. எனவே வீரவழிபாடும் வைணவ வழிபாட்டோடு தொடர் புடையது. இவ்வாறு ஒவ்வொரு அவதாரத்திற்கும் வரலாற்று நோக் கிலான தத்துவார்த்தங்களைக் கூறிக்கொண்டே போகலாம்.

வைணவ வழிபாட்டில் தூண் வழிபாடு மிகவும் சிறப்புற்றது. தூண் வழிபாடு தொன்மை வாய்ந்தது. எனவே மக்கள் வழிபடும் தூண்களில்

அசோகன் தன் சமயக் கருத்துகளை கல்வெட்டுகளாக வெட்டி வைத்தான். மேலும் தூண் என்பது வானத்திற்கும் பூமிக்குமான ஒரு வழியென்று பழங்குடி மக்கள் வழிபட்டனர். அதனை அவ்வாறே ஏற்றுக்கொண்டது வைணவம். வேள்வித்தூண் அல்லது யூபத்தூண் பெருமாள் கோயில்களில் மட்டுமே அமைக்கப்பட்டிருக்கும் ஒரு மரபாகும். தூண் வழிபாட்டிலிருந்தே நரசிம்மர் வழிபாடு தோன்றியது எனலாம். மேலும் பண்டைய காலத்தில் இறந்தோர்களுக்கான ஈமச்சின்னங்களே கல்லில் எடுப்பிக்கப்பட்டன. வழிபாட்டுத் தலங்கள் மண், மரம், உலோகம், சுதை, செங்கல் இவற்றால் மட்டுமே எடுப்பிக்கப்பட்டிருந்தது. வாழ்க்கை மண், மரம், செங்கல், உலோகம், சுதை ஆகியவற்றோடு தொடர்புடையதாகக் காட்டப்பட்டது. இறப்பு கல்லுடன் தொடர்புபடுத்தப்பட்டது. எனவே அழிவின் தலைவன் சிவனுக்கு கற்றளிகளும், வாழ்வின் தலைவனுக்கு மண், மரத்தாலும் கோயில்கள் கட்டப்பட்டன.

பண்டைய காலத்தில் வெளியிடப்பட்ட முத்திரை நாணயங்களில் சூரியன், ஆறு போன்ற இயற்கைக் காட்சிகளோடு வேலியிடப்பட்ட மரம் ஒன்றும் காட்டப்படும். இம்மரத்தில் தெய்வம் உறைவதாகவும், அது குலத்தினைக் காப்பதாகவும் கருதப்படும். பராரை வேம்பில் உறையும் தெய்வத்தை சங்க இலக்கியம் சுட்டுகிறது. 'நல்லரை மராஅத்த கடவுள்' என்று மலைபடுகடாம் சுட்டுகின்றது. மரங்களில் தெய்வம் உள்ள செய்தி சங்க இலக்கியங்களில் விரிவாகக் காணப்படுகின்றது. மரத்தின் அடியிலும் தெய்வத்தை அமைத்து வழிபடுவதும் உண்டு. 'கள்ளி நீழற்கடவுள் வாழ்த்தி (புறம்.260) என்ற செய்தியையும் காணலாம். குளக்கரை, ஆற்றங்கரை, ஊரின் நடுப்பகுதி ஆகிய இடங்களில் மரங்களை நட்டுத் தெய்வமாக வழிபட்டனர். கந்துடை நிலை என்று அதனைக் குறிப்பிட்டனர்.

கந்துடை நிலை, கந்துத் தறி என்பனவெல்லாம் தூண் வழிபாட்டைக் குறிப்பன. தூண் வழிபாடு வைணவத்தில் மிக இன்றியமையாத நிலையாகும். தூணில் உறையும் நரசிம்மமூர்த்தி வழிபாடு தென்னகத்தின் குறிப்பிடத்தக்க வளமை வழிபாடாகும். கற்றளிகள் உருவாவதற்கு முன்பு மரங்களில் கீழேயே கடவுளரை அமைத்து வழிபட்டனர். பிற்காலத்தில் கோயில்கள் கட்டப் பெற்றபோது அம்மரங்கள் தலமரங்கள் ஆயின. புறநானூற்றுப் பாடல் ஒன்று தூணில் உறையும் கடவுளைப் பற்றிக் கூறுகின்றது. 'கலிகெழு கடவுள் கந்தம் கைவிட பலிகண் மாறிய பாழ்படு பொதியில்' *(புறம் 51:1217)*. பொதியில் என்பது மன்றத்திலிருந்த ஒரு பகுதி. அங்கு தூண் நட்டு வழிபடும் வழக்கம் பண்டைய நாளிலிருந்தது.

இத்தகு மரங்கள் நிறைந்த கானகத்தின் மேய்ச்சல் தலைவனாக திருமால் வணங்கப்படுகிறார். முல்லை நிலக் கடவுள் திருமால். முல்லை

நிலத்து மக்கள் மாயோனை வழிபடுவர். முல்லை நிலமானது காடும் காடு சார்ந்த நிலப்பரப்புமாகும். எனவே மர வழிபாடு என்பது வைணவத்தில் தொன்று தொட்டு விளங்கி வரும் பண்பாட்டு மரபாகும். பழங்குடிகளின் தொல்மரபை வைணவம் அவ்வாறே ஏற்றுக்கொண்டு அனைவருக்குமான நெறியைக் காட்டி நிற்கிறது. பகவத் கீதையில் பகவான் ஸ்ரீ கிருஷ்ணன் மரங்களில் நான் அரசமரம் என்று சொல்கிறார்.

அத்தகைய பண்டைய முறையை அவ்வாறே வைணவக் கோயில்கள் பின்பற்றின. பல வைணவக் கோயில்கள் தமிழ்நாட்டில் செங்கல் தளிகளாகவே காட்சியளிக்கின்றன. மேலும் அழியக்கூடிய இப்பொருள்களினால் எடுப்பிக்கப் பெற்றதால் எண்ணிறந்த வைணவக் கோயில்கள் மறைந்தன எனலாம்.

வைணவக் கொள்கை

சைவம் தமிழ் நாட்டிற்கு உரித்தானது போன்றே வைணவமும் இந் நாட்டிற்கு உரியதே ஆகும். இதனை மாயோன் மேய காடுறையுலகம் என்ற தொல்காப்பியர் சூத்திரம் நன்கு விளக்கும். இதன் வளர்ச்சிகட்ட நிலையை பரிபாடல், சிலப்பதிகாரம் இவற்றால் நன்கறியலாம்.

உலகில் தீமைகள் ஓங்கும் போது இறைவன் அவதாரம் எடுத்து அவற்றை அழிப்பார் என்பது வைணவ நம்பிக்கை. திருமாலின் எண்ணற்ற அவதாரங்களில் குறிப்பிடத்தக்க மச்சம், கூர்மம், வராகம், நரசிம்மம், வாமனன், பரசுராமன், இராமன், பலராமன், கிருஷ்ணன், கல்கி என்ற பத்து அவதாரங்கள் தசாவதாரங்கள் என்று அழைக்கப்படுகின்றன. உபநிடதங்களில் பதின்மூன்று வைணவ உபநிடதங்களாகும். இந்த சமயத்தின் முக்கிய நூல்கள் வேதம், உபனிஷத்து, பகவத்கீதை, பஞ்ச ரந்தரஆகமம், மகாபாரதம், இராமாயணம், பாகவத, விஷ்ணு, கருட, நாரதிய, பத்ம, வராஹ புராணங்கள் ஆகும்.

மேலும் வீரர்களாகக் கருதப்படும் கிருஷ்ணர், பலராமர், பிரத்தியும்னன், அநிருத்தன் ஆகியோரை வணங்கும் வாசுதேவ வணக்கமும் வைணவத்தில் அடங்கும்.

பக-பகவன்-பக்தன்

உணவை பகிர்ந்துண்ணல், செல்வத்தை அனைவர்க்கும் பகிர்தல் முதலிய தொல்குடி பண்பாடு வைணவத்தில் அவ்வாறே ஏற்கப்பட்டுள்ளன. வைணவத்தில் இறைவன் பகவான் என்றும், இறைவன் மீது பக்தி செலுத்துபவன் பக்தன் என்றும் அழைக்கப்படுகிறான். இச்சொற்

கள் எங்கிருந்து வந்தன என்று ஆய்வோம். செழிப்பு, செல்வம், அதிர்ஷ்டம் என்ற பொருளில் ‘பக‘ என்ற சொல் வழங்கப்படுகிறது. வேத காலத்தில் ‘பக’ என்பவன் விநியோகிப்பவன் எனப்படுகிறான். பொருள் செல்வத்தினை அதாவது உணவு, நீர், பசு, கொள்ளைப் பொருள்கள், நிலம் ஆகியன சமமாக பங்கிடப்படுதல் அனைவருக்கும் சமமாக விநியோகித் தல் என்பது பக என்ற பொருளில் அதாவது பகுத்தல் என்பதாகக் குறிப் பிடப்படுகின்றது. பகுப்பவன் அல்லது பங்கிடுபவன் பகவன் எனப் படுகிறான். பங்கினைப் பெறுபவன் பக்தன் எனப்படுகிறான். கடவுள் கோட்பாடுகள் அற்ற பழங்குடிகளில் செல்வத்தினை பகுப்பவனும், பெறுபவனும் பின்னாளில் பக்தி காலத்தில் வைதிக சமயங்களில் குறிப்பாக வைணவத்தில் பகவான் என்றும், பக்தன் என்றும் குறிப் பிடப்படுகின்றனர். இவ்வாறு பக்தி என்பது பொருள்களை பங்கிடு வதிலிருந்தே உண்டானது என்பது இங்கு தெளிவு. மேலும் ‘அம்ச’ என்பது பகவானுக்குரிய நைவேத்தியத்தினையும், ‘பாக‘ என்பது அதனை பக்தர் களுக்கு பிரித்து வழங்குவதையும் குறிக்கும் சொற்களாகும். வைணவத் திருக்கோயில்களில் காணக்கிடக்கும் இம்முறைமை பண்டைய வழக்கின் தொடர்ச்சியே என்பதும் இங்கு நினைவு கூரத்தக்கது. விஷ்ணுவின் மோகினி எனப்படும் பெண் அவதாரத்தில் அமிழ்தத்தை அனைவருக்கும் சமமாகப் பிரித்த தன்மையை இங்குக் குறிப்பிடலாம்.

வைணவ வளர்ச்சியில் பேரரசுகளின் பங்கு

இந்தியாவில் குப்தர்கள் காலத்தில் வைணவம் ஆளும் வர்க்கத்தின் சமயமாக ஓங்கியது. நிலப்பிரபுத்துவ வேளாண் சமுதாயத்தின் தேவை களை நிறைவேற்றும் ஆற்றல் பெற்று வைணவம் எழுந்தது. இந்திய மக்கள் மனதில் நீண்டகாலம் செல்வாக்கு செலுத்தியது. வைணவத்தில் மற்றொரு முக்கிய அம்சம் அவதாரக் கொள்கை. விஷ்ணுவின் பத்து அவதாரங்களும் தீமைகளை அழித்து நல்லவர்களை காப்பாற்ற என்ற கருத்து கீதை மூலம் நிலை நிறுத்தப்பட்டது. சமூகத்தின் பண்பாட்டு ஒற்றுமையைத் தருவதற்கும் அவதாரக் கொள்கை உதவியது. இவ் வைணவ சமயம் முதலில் பௌத்த சமயத்துடனும் பின்னர்ச் சமண சமயத் துடனும் போரிட்டது. திருமழிசை ஆழ்வார், திருமங்கையாழ்வார், தொண்டரடிப் பொடியாழ்வார் இவர்தம் பாசுரங்கள் அவர்காலச் சமய நிலையை நன்குணர்த்துவன ஆகும்.

மன்னர், உயர்குடியினர், மேனிலைமாந்தர் விஷ்ணுவின் அவதார மென்று வர்ணிக்கப்பட்டனர். ‘திருவுடை மன்னரைக் காணின் திரு மாலைக் கண்டேனே’ என்று ஆழ்வாரும் இதனையேக் குறிப்பிடு கின்றார். நால்வர்ணத்தார் ஒன்று கூடும் தளத்தை வைணவம் உருவாக் கியது எனலாம். வர்ணாசிரமம் காப்பாற்றப்படுவதற்கும், பாமர மக்கள் தம் சமூக பொருளாதார நிலைகளை எதிர்ப்பின்றி ஏற்றுக் கொள்வதற்கும் அது காரணமாக இருந்தது.

திருமாலின் பல அவதாரக் கதைகளும் புராணச் செய்திகளும் பிறவும் வன்மையுற வழக்குப் பெற்ற காலம் பல்லவர் காலம் எனலாம். பல்லவர்கள் தங்களின் குடைவரைக் கோயில்களில் குறிப்பாக மாமல்ல புரத்தில் மகாபாரத, பாகவதக் கதைத் தொடர்பான சிற்பங்களையும், விஷ்ணுவின் அவதாரங்களான திரிவிக்கிரமர், வராகர் மற்றும் பள்ளி கொண்ட பெருமாள் முதலிய சிற்பங்களையும் வடித்துள்ளனர். மாமல்லையின் கடற்புரத்தை அவர்கள் பாற்கடலாகவே கண்டனர் போலும். அங்கு சயன நிலையில் உள்ள திருமால் சிற்பங்கள் கவித்துவம் மிக்கவை.

பல்லவ அரசருள் இளவரசன் விஷ்ணுகோபன், இரண்டாம் சிம்மவர்மன், விஷ்ணுகோபவர்மன் முதலியோர் 'பரமபாகவதர்' என்று தம்மைக் கூறிக் கொண்டனர். சமயங்காப்போர் என்றும் தம்மைப் பாராட்டிக் கொண்டனர். பிற்காலப் பல்லவருள் சிம்மவிஷ்ணு, நரசிம்மவர்மன், இரண்டாம் நந்திவர்மன் முதலியோர் சிறந்த வைணவப்பற்று உடையவர்கள். இரண்டாம் நந்திவர்மன்தான் கட்டிய காஞ்சிபுரம் வைகுண்டப் பெருமாள் கோயிலில் அமைத்துள்ள சிற்பங்களில் பல்லவர் குலம் தங்களின் குலமுதல்வனான விஷ்ணுவிடம் இருந்து தோன்றியதாக காட்டுகின்றான். இம்மன்னர்கள் பல்லவ நாட்டில் பல விஷ்ணு கோவில்களை கட்டுவித்து, அவற்றிற்கு நிலக்கொடைகளையும், விளக்கெரிக்க, திருவமுதுண்ண, விழா காண, என பலவற்றிற்குமான கொடைகளையும் வழங்கியுள்ளமை அன்னாரின் கல்வெட்டுகளின் மூலமும், செப்பேடுகளின் மூலம் நன்கு அறியமுடிகின்றது. வைணவ மடங்கள் காவேரிப்பாக்கம் முதலிய இடங்களில் தோன்றின.

பாண்டிய நாட்டில் சங்க காலத்திலும் அதற்குப் பின்னரான களப்பிரர் காலத்திலும், பின் வந்த முற்காலப் பாண்டியர், பிற்காலப் பாண்டியர் ஆகியோரின் ஆட்சிக்காலங்களிலும் வைணவம் தழைத்தோங்கியிருந்தது. பெரியாழ்வார், ஆண்டாள், மதுரகவியாழ்வார், நம்மாழ்வார் போன்றோர் தோன்றிய பாண்டிய நாட்டில் சங்க காலத்திலேயே திருமாலிருஞ்சோலை அழகர் கோயில், கூடலழகர் கோயில் ஆகிய கோயில்கள் இடம் பெற்றிருந்தன. நரசிம்மர் மற்றும் சக்கரத்தாழ்வார் வழிபாடு பாண்டிய நாட்டிற்கே உரியது எனலாம். கி.பி.8ஆம் நூற்றாண்டில் மதுரையில் எடுப்பிக்கப்பட்ட நரசிம்மர் குடைவரை, திருப்பரங்குன்றம் குடைவரை ஆகியன வைணவத்தின் உயர் நிலையை எடுத்துக் காட்டும். பாண்டிய மன்னர் தங்களை 'மாறன்' என்றும், சடையன் என்றும் மாறி மாறி அழைத்துக் கொள்வர். இப்பெயர்கள் மால் அன் என்னும் திருமாலையும், சடையன் சிவனையும் குறிப்பிடுகிறது. இருபெருஞ் சமயங்களுக்கும் முக்கியத்துவம் கொடுத்தனர் என்பதுவும் அறிய முடிகிறது. பாண்டிய நாட்டில் மிகுதியான வைணவக் கோயில்கள் நவதிருப்பதிகள் அமைந்திருப்பன இங்கு குறிப்பிடத்தக்கது.

சோழர்கள் சைவத்தை தம் அரசு சமயமாகக் கொண்டிருந்த போதிலும் வைணவத்தின் வளர்ச்சிக்கு பெரும் பங்காற்றியுள்ளனர். தேவதான ஊர்களிலும், பிரம்மதேயங்களிலும் விஷ்ணு ஆலயங்களைக் கட்டியுள்ளனர். அக்கோயில்களுக்கு பல்வேறு கொடைகளையும் அளித்துள்ளனர். சோழர் ஆட்சியை மீண்டும் தோற்றுவித்த விசயாலயன் நார்த்தாமலையில் விஷ்ணுவிற்கு குடைவரைக் கோயிலைக் கட்டியுள்ளான். மேலும் முற்காலச் சோழர்களான ஆதித்த சோழன், முதலாம் பராந்தகன் சோழன் ஆகியோர் தாம் கட்டிய சைவக்கோயில்களில் இராமாயண புடைப்புச் சிற்பங்களை வடித்துள்ளனர். இது அவர்களின் தனித்துவக் கலைப் பாணியாகவே விளங்கியது எனலாம். முதலாம் பராந்தக் சோழனின் உத்தரமேரூர் பெருமாள் கோயிலில் உள்ள குடவோலைக் கல்வெட்டு உலகப் புகழ் பெற்றது. இக்கோயிலின் மகாமண்டபத்தின் தாங்கு தளத்தில் இக்கல்வெட்டு அமைந்துள்ளது. உத்தரமேரூர் பெருமாள் கோயில் மகாசபையாகும். சபையின் நாயகராக பெருமாள் வீற்றிருக்க, அங்கு கிராம நிர்வாகம், நிலப்பிரிவினை, வழக்குகள் முதலிய சபை நிகழ்வுகள் நடைபெற்றன. பெரும்பாலும் விஷ்ணு கோயில்களே மகாசபையாக சோழர்கள் ஆட்சி காலத்தில் விளங்கியமை இங்கு சுட்டத்தக்கது. திருமால்புரம் என்னும் விஷ்ணு ஆலயம் உத்தமசோழனால் எடுப்பிக்கப்பட்டது. சுந்தரசோழன் என்ற இரண்டாம் பராந்தகன் (956 973) காலத்தில் அன்பில் கிராமத்தைச் சேர்ந்த வைணவ ஆச்சாரியர் ஸ்ரீநாதர் என்பவருக்கு மான்யம் கொடுக்கப்பட்டதாக ஒரு செப்பேடு ஸ்ரீரங்கம் கோயிலில் உள்ளது.

தென்னிந்தியாவில் சோழப் பேரரசுக்குப் பின் வந்த ஆட்சியாளர்களுள் விசயநகரர் மற்றும் நாயக்கர் ஆட்சியில் வைணவம் தனிப்பெருமை பெற்றது எனலாம். அவர்கள் தங்களை பரம வைஷ்ணவர்களாக அறிவித்தனர். மேலும் சைவ வைணவக் கோயில்களில் பல மண்டபங்களையும், கோபுரங்களையும் கட்டினர். அவற்றில் பல வைணவத் தொடர்பான பாகவத, மகாபாரத, இராமாயண, தசாவதார சிற்பங்களை இடம் பெறச் செய்தனர். இராமானுஜரின் ஸ்ரீவைஷ்ணவத்திற்கு மிகுந்த முக்கியத்துவம் அளித்தனர். வைணவக் கோயில்களுக்கு பல நிவந்தங்களையும் அளித்தனர்.

ஸ்ரீ எனப்படும் திருமகள்

பெண் வளமைக்கடவுளாக வழிபடப் பெறுகிறாள். வளமையை வேண்டுவதில் ஆண் தெய்வத்திற்குரிய முக்கியத்துவத்தை பெண் தெய்வம் பெறுகிறாள். அவ்வகையில் திருமகள் வழிபாடு தொன்மையானது. விஷ்ணுவின் வலமார்பில் உறைவதாகக் காட்டப்படும் திருமகள் ஸ்ரீவத்ஸம் வடிவினளாய் முதலில் காட்டப்பட்டு பின் உருப்பெறுகிறாள். தொல்லியல் அகழாய்வில் 'அதிதி' எனப்படும் செம்பினால் செய்யப்

பட்ட ஸ்ரீவத்ஸ வடிவங்கள் வடஇந்தியாவில் அதிகம் கிடைத்துள்ளன. தமிழகத்தில் உடையார்பாளையம், மோட்டூர் ஆகியவிடங்களில் காணப்படும் கல் வடிவம் பழைய ஸ்ரீவத்ஸ உருவத்தினை ஒத்துள்ளது.

இராமானுஜரின் விசிஷ்டாத்வைதத்தில் ஸ்ரீ என்ற அன்னை தத்துவம் மையத்திலுள்ளது. இதனால்தான் இந்தசமயப்பிரிவுக்கே ஸ்ரீவைஷ்ணவம் என்றபெயர். தாய்த்தெய்வ வழிபாடு மிகப் பழமையானது. அதிலும் குறிப்பாக தென்னிந்தியாவில் அதன் நிலைப்பாடு அளவிடற்கரியது. தொல்குடிகளின், பாமரர்களின் இத்தத்துவத்தை 'தாயார்' என்று வைண வர்கள் வணங்கிச் சிறப்பிக்கின்றனர். இராமானுஜருடைய எல்லா நூல் களிலும் (முழுவதும் வேதாந்தம் பேசும் ஸ்ரீபாஷ்யத்தைத்தவிர) ஸ்ரீ என்ற மகாலட்சுமி, திருமாலின் மார்பில் அவருடன் என்றும் இருப்பதாகவே பேசப்படும். இராமானுஜர் திருமகளை விஷ்ணுவுடன் யாண்டும் கூட இருப்பவள் என்று பொருள்படும் அனபாயினி என்ற வடமொழிச் சொல்லை பயன்படுத்தியுள்ளார்.

இவ்வாறாக ஸ்ரீவைஷ்ணவம் பண்டைய குலக்குறி வழிபாடு, தாய்த் தெய்வ வழிபாடு, தொல்குடியினரின் வீரர் வழிபாடு ஆகியவற்றை தன்னகத்தேக் கொண்ட ஒரு சமயமாக விளங்குகிறது. வைணவம் 'தொழிலாளர்களின் சமயம்' என்று போற்றப்படுகிறது.

1. காவேரிப்பாக்கம்- திருமகள் முன்னோடி வடிவம்

2. உடையார் நத்தம் தாய்த்தெய்வம், விழுப்புரம்

3. மோட்டூர்-தாய்த் தெய்வம், ஸ்ரீவத்ஸம் முன்னோடி வடிவம்

4. கரூரில் கிடைத்த காசில் காணப்படும் ஸ்ரீவத்ஸம்

வாமபூசை: கன்னி வழிபாட்டுச் சடங்கு

வாமபூசை என்பது பெண்தெய்வ வழிபாட்டைக் குறிக்கும். 'வாம' என்பதற்கு 'காமம் என்றும், "இடது" என்றும், 'பெண்' என்றும் பொருள் கொள்ளப்படுகிறது.[1] பெண்தெய்வ வழிபாட்டை கன்னி வழி பாடு, மோடி என்னும் தாய்த்தெய்வத்தின் வழிபாடு என இரண்டாகக் கூறலாம். இதில் கன்னிவழிபாடு என்பது சப்தகன்னியர், காமக் கோட்டமல்லாத தனித்தெய்வமாக நிற்கும் கன்னித்தெய்வம், போர்த் தெய்வம் அதாவது குமரி, துர்க்கை, கவுரி, கொற்றவை, முதலிய பெண் தெய்வ வணக்கத்தைக் காட்டி நிற்கிறது. துர்க்கை, கொற்றவை, காளி போன்ற தெய்வங்கள் போரின் வெற்றிக்கும், கவுரி, குமரி போன்றோர் வளமைக்காகவும் வழிபடப்பட்டனர். முன்னதில் பலிச்சடங்கும், பின்னதிற்கு வேளாண்மைத் தொடர்பான எந்திரச் சடங்கும் முதன்மை பெற்றன. அகம், புறம் என அமைந்த பழங்காலக் குடிகளின் வாழ்க்கையின் இருநிலைகளுக்கும் பெண்ணே தெய்வமாகக் கொள்ளப்பட்டதை இதனால் உணரலாம். வளமைக்கும், வெற்றிக்குமாக கன்னி வழிபாடு விளங்கியது.

கன்னிவழிபாடு பண்டுமுதல் சிறப்பிடம் பெற்றது என்பதை தேவி புராணங்கள் கூறுகின்றன. கன்னித்தன்மைக்கு மிகுந்த சக்தி இருப் பதாக உலகெங்கும் பழங்குடிகளிடம் நம்பிக்கை இருந்தது. பயிர் களின் உற்பத்திக்கும், தாய்மைப்பேற்றுக்கும் கன்னிதன்மையின் அதீத சக்தியே காரணம் என்று நம்பிக்கையின் அடிப்படையில் எழுந்ததே இவ்வழிபாட்டின் சடங்குகளாகும். திரிபுரரகஸ்யம், யோகினி தந்திரம் ஆகிய நூல்கள் 'கன்னி பூசை' பற்றி விரிவாகப் பேசுகின்றன.[2] இளமையும் அழகும், தோற்றப்பொலிவும், நற்பண்பும், மங்கலமும் வாய்க்கப் பெற்ற கன்னியே ஒவ்வொரு குலத்திலும் பூசைக்கு உரியவளாகக் கருதப்பட்டார். 2 முதல் 10 வயது வரையிலான கன்னியர் வணக் கத்திற்கு ஏற்றவரென்றும், ஒவ்வொரு குலமும் அவரவர்க்குரிய கன்னிகளை வழிபட வேண்டும் என்றும் தேவிபுராணம் கூறுகின்றது.[3] தேவி பாகவதம் கூறும் குமரிப்பூசையில் அக்குலக்கன்னியை அழகிய

ஆடை அணிகலன்கள், மலர்கள் மற்றும் நறுமணப்பொருட்களால் அணிசெய்து மந்திரங்களால் வழிபடவேண்டும் என்று கூறப்பட்டுள் ளது. சிலப்பதிகார வேட்டுவ வரியில் எயினர் குடி மறப்பெண் கொற்றவையாக உருவகிக்கப்பட்டு, மேற்சொன்னவாறு அத்தேவி போன்று அலங்கரிக்கபட்டும் வழிபடப் பெறுவதைக் காண்கிறோம். பாலாதிரிபுரசுந்தரி என்ற கன்னி வணக்கம் பெருங்கோயில்களிலும் கன்னியரை தேவியாக உருவகித்து வணங்கப்படுவதைக் காட்டு கிறது. நவராத்திரியின் ஒன்பது நாட்களிலும் நவகன்னியரை ஆராதிப் பதும், கவுரி விரதமும் வேளாண்மைச்சடங்காக பண்டு வழங்கி வந்து பின்பு பிராமணீயம் பெற்று தெய்வத்தன்மை ஏற்றப்பெற்றது என்பதை தேவிபிரசாத் சட்டோபாத்தியாயா விரிவாக தம் நூலில் ஆய்ந்துள்ளார். இன்றும் வத்தலக்குண்டுப் பகுதியில் ஒரு குறிப்பிட்ட நாளில் பிராமணர்கள் தங்கள் குலக்கன்னிப் பெண்கள் எழுவரைக் கொண்டு பூசை நடத்துவது நடைமுறையில் உள்ளது. நேபாளத்தில் ‘குமாரி பூசை’ எனப்படும் சிறுமியை வழிபடும் வழக்கம் இன்றும் காணப்படுகிறது. மன்னரும் இக்குமாரியை வணங்கியே அரசு நடத்து வதை அங்கு காணலாம். உடலில் இருந்து இரத்தம் வெளியேறும் வரை இக்குமாரிகள் தெய்வமாகப் போற்றப்படுகின்றனர். உடலில் காயம் பட்டாலோ, பூப்படைந்தாலோ இவர்களை மாற்றி மற்றொரு தகுதி வாய்ந்த சிறுமி இக்குமாரி பூசைக்கு தேர்ந்தெடுக்கப்படுகிறாள். உடலில் இருந்து இரத்தம் வெளியேறுதல் கன்னித் தன்மையின் சக்தியினைக் குறையச் செய்யும் என்ற நம்பிக்கை பழமையிலிருந்து நிலவி வருகிறது.

குமரி என்று குறிப்பிடப்படும் கன்னியாகுமரி தெய்வமும் கி.பி. முதலாம் நூற்றாண்டில் பெரிபுளுஸ் என்னும் நூலில் குறிப்பிடப் பட்டுள்ளமை அதன் பழமைத்தன்மையைக் காட்டும். இக்குமரி மணமாகாத கன்னியாவாள். இவள் நிலத்தின் முனையில் நின்று தவம் புரிவதாகப் பழந்தொட்டு கருதப்படுகிறது. கன்னிப்பருவத்தில் செய்யப் படும் பஞ்சாக்னி தவம் பற்றி புராணங்கள் குறிப்பிடுகின்றன. நாற் புறமும் தீ வளர்த்து, கதிரவனை ஐந்தாவதாகக் கொண்ட இத்தவம் கன்னிகளுக்கே உரியதாகும். இத்தவக்கன்னிகளின் உருவமைதி மத்திய இந்தியாவில் உள்ள கோவில்களில் பார்வதியாக காட்டப்பட்டு வழிபடப் பெறுகின்றன.[5] மேலும் குமரிகளின் இத்தவமானது அவளின் மண வாழ்க்கைக்கே என்பதும் இங்கு குறிப்பிடத்தக்கது. இத்தவம் மேன்மை வாய்ந்ததாக கருதப்படுகிறது. பாவை நோற்றல், தைந்நீராடல், கவுரிபூசை முதலியன மேற்குறிப்பிட்ட கன்னிப்பருவத்தின் போது பெண் கொள்ளவேண்டிய ஒழுக்கமாகும். இவை அவளின் சக்தியை அதிகரித்து பேற்றிற்கான வளமையைக் கொடுக்கும் என்பது நம்பிக்கை. இதில் கவுரி என்பது பசுமை, வளமை என்னும் பொருளில் பயன்பட்டுள்ளது. வேளாண்மைச் சமூகத்தில் அதன் உற்பத்திப் பெருக்கத்திற்கான வழிபாடே

கவுரி பூசையாகும். இதனை உலகாய்த ஆசிரியர் வேளாண்மைச் சடங்குகளில் தாவரங்கள் அனைத்தையும் ஒரு கட்டாக கட்டி வைக்கப் பட்டுள்ள ஒரு கட்டே 'கவுரி' என்பார்.[6] பயிர்த்தொழிலில் பெண்ணே முதலிடம் பெறுகிறாள். குமரிப் பெண்ணே நிலத்தில் முதல் விதையிடு தலும், முதல் அறுவடையைப் பெறுதலும் செய்வது பண்டு முதல் தொடரும் வழக்காகும். மேலும் சிலப்பதிகாரத்தில் பல பெண் தெய்வப் பெயர்கள் குறிப்பிடப்பட்டுள்ளன.

'வலம்படு கொற்றத்து வாய்வாட் கொற்றவை
இரண்டுவே றுருவில் திரண்டதோள் அவுணன்
தலைமிசை நின்ற தையல் பலர்தொழும்
சூலி நீலி மாலவற் கிளங்கிளை
ஐயை செய்யவள் வெய்யவாள் தடக்கைப்
பாய்கலைப் பாவை பைந்தொடிப் பாவை
ஆய்கலைப் பாவை அருங்கலப் பாவை'– (சிலப். வேட்டுவவரி) [7]

சூலி என்பது உலக உயிர்களைப் பெற்றெடுக்க, கருவுருதல் என்ற பொருளில்பயின்றுவரும் 'சூல்' என்னும் வேர்ச்சொல்லிருந்து வந்ததாகும். குறுந்தொகை. 'விடர்முகை அடுக்கத்து விறல்கெழு சூலிக்கு' (குறு.218) என்று குறிப்பிடுகிறது. பெரும்பாணாற்றுப்படை 'மாமோட்டுத் துணங் கையஞ் செல்வி' என்று தாயின் பெரிய வயிற்றினைக் கூறுகின்றது. ஐயை கொற்றவையைக் குறிக்கும் பெயராகும். கொற்றத்திற்கான ஐயை (தலைவி) ஆவாள். இங்கு கொற்றம் என்பதே அரசு என்று பொருள்படும். அதாவது அரசையும், அரசுக்கான வளத்தையும் தருபவள். எனவே அரசர் களும் போருக்கு முன்னும் பின்னும் இத்தெய்வத்தை வழிபட்டதை இலக்கியமும் வரலாறும் காட்டி நிற்கும். நீலி என்பவள் நீல வண்ணத்தை அடியாகக் கொண்டவள்.[8] அது 'காள்'என்னும் கருமையை வேர்ச்சொல் லாகக் கொண்ட காளியை போன்றே கருமை வண்ணத்தினை உடை யவள் என்று பொருள்படும். மேலும் சப்தகன்னியருள் ஒருவரான சாமுண்டியே ஊர்த்தெய்வமான 'பிடாரி' என்னும் உக்கிரத்தெய்வம் ஆவாள். பிடாரி என்பது பட்டாரகி என்ற சமஸ்கிருதச் சொல்லின் மருவாகும்.

சப்தகன்னியர் வழிபாடு மிகுந்த பழமை வாய்ந்தது. நீரோடு தொடர்பு டையதாகக் காட்டப்பெறும் இப்பெண்கள் எழுவரும் நதிகளை வணங்கும் நம் பழைய மரபில் வந்தவர்களாவர்.[9] பின் கி.பி. நான்காம் நூற்றாண்டில் தொடங்கிய பெருந்தெய்வ வழிபாட்டில் அவர்கள் இணைக்கப்பட்டு, முதன்மை பெற்ற ஏழு ஆண்தெய்வங்களின் துணை களாக காட்டப்பட்ட உருவமைதிகளை சாளுக்கியர், சாதவாகனர், பல்லவர், முற்காலப்பாண்டியர், சோழர் என்ற அரசுகளின் கலைவடிவங் களாக காணலாம். அன்னையர் எழுவர் வரிசையில் 'எழு' என்பது

எண்ணற்ற என்ற பொருளையும் தரும். ஆகவே சிற்சிலவிடங்களில் அட்டசக்திகளாயும், நவகன்னிகளாகவும் காட்டப்பட்டுள்ளதும் இங்கு நோக்கத்தக்கது. மேலும் இவ்வரிசையில் அன்னையரும் வேறுபடுவர். இவ்வெழுவர்க்கு இளையவளாகக் காளி குறிப்பிடப்படுகிறாள். இவ் வரிசையில் வராகி, சாமுண்டி, (பிடாரி) முதலியன பழங்குடித் தெய் வங்களாகும். வராகம் (பன்றி) தன் கொம்புகளால் பூமியை அகழ்ந்த பின் அக்குழிகளில் விதை இட்டும், அது தோண்டியவிடத்தில் கிழங்கு வகைகளை பெற்றும் வாழ்ந்த பழங்குடி மக்களின் வேளாண்தெய்வம் வராகியாவாள். பிடாரி காளிக்குரிய அனைத்து தன்மைகளையும் பெற்ற உக்கிரத்தெய்வம். பிடாரி வழிபாடு மிகுந்த சிறப்பிற்குரியதாக இருந்திருந்ததை 'ஊருக்கொரு பிடாரி' என்னும் பழஞ்சொல் உணர்த் தும். எமனின் துணையாகக் காட்டப்பெறும் சாமுண்டியே பிடாரி யாவாள். எனவே உயிர்கள் அச்சத்தினால் இத்தெய்வ வழிபாடு தொடங்கி யிருக்க வேண்டும்.

பெண்ணைப் பூசிக்கும் வாமபூசை தாந்திரீகச் சடங்காகும். தாந்திரீகத் தின் ஐந்து மகரங்களில் 'மாது' பெண் வழிபாடாகும். தாமரை மலர் தாந்திரீகத்தில் ஒரு குறியீட்டுச் சொல்லாகும்.[10] பெண்ணிற்குரிய குறி யீடான தாமரை வளத்தைப் பெருக்குவதற்கான மூலமாக வழிபடப் பட்டுள்ளதை பழங்குடிகளின் சடங்குகளில் காணலாம். பழங்குடிகளின் பெண்வழிபாட்டினை நெறிப்படுத்திய சடங்காக தாந்திரிகம் மேற் கொண்டது. எனவே மூலத்தாந்திரிகச் சடங்குகள் பழங்குடிகளால் செய்யப்பட்டவையாகும். வளம்வேண்டி செய்யப்படும் தாந்திரீகச் சடங்குகளில் பெண்ணே முக்கியமானவளாகக் கருதப்படுகிறாள். தொல் காப்பியம் கொடிநிலை, கந்தழி, வள்ளி என இத்தகைய சடங்குகளைக் குறியீடுகளாக நூற்பாவில் காட்டுகிறது. கொடிநிலை என்பது மந்திரம் மற்றும் எந்திரம் (ஸ்ரீசக்கரம்) இவற்றோடு கூடிய தந்திர வழிபாட்டு முறையாகும். இக்கொடிநிலை என்பதை 'லதாசாதனம்' என்று சங்கதப் படுத்திக் கொண்டனர். எந்திரத்தைச் சுற்றியுள்ள கொடியானது பெண்ணின் வழிபாடே. அது வளத்திற்கானது. எந்திரங்களில் பெண் குறியைச் சுற்றி நாற்புறமும் ஒரு கொடி படர்ந்துள்ளதை காணலாம். இந்தக் கொடியே 'கற்பகலத்திகம்' என்பதாகும். கேட்டதை வழங்கும் 'கற்பகக்கொடி' என்பது இதன் பொருளாகும்.[11] ஹரப்பா அகழாய்வில் கிடைத்த அரிய பொருள் ஒன்று 'சுகம்பரி' என்று அடையாளம் காணப் பட்டுள்ளது. இதுவே அக்கொடிநிலை எனும் தந்திரத்தின் மூல ஊற்றாகும். காபாலிகமும், தாந்திரிகமும் பெண்ணை அடிப்படையாகக் கொண்ட சடங்குகளை முதன்மையாகக் கொண்டுள்ளது. 'வாமச்சாரம்' எனப்படும் அச்சடங்குகள் பெண்ணைக் கொண்டு நடத்தப்படும் ஒழுக்கம் என்று பொருள்படும். 'வாம' என்பது பெண்ணையும், 'சாரம்' என்பது ஒழுக்கத்தையும்; குறிக்கும். உச்சிஷ்ட கணபதி உருவம் தாந்திரீகச் சடங்கை விளக்கும் மற்றுமொரு படிமம் ஆகும். அசாமின் 'காமாக்யா' இச்சடங்கின் பழைய சான்றாக உள்ளதை அறியக்கூடும்.

உலகெங்கும் தாய்த்தெய்வ வழிபாடே முதலில் இருந்தது எனலாம். ‘கரகம்’ எனப்படும் தாயின் வயிறே இன்றுவரை பாமரமக்களின் சக்தி வழிபாட்டின் குறியீடாகும். வைதீகத்திலும் இதுவே கும்பம் என்றாகியது. கும்பம் அல்லது கடம் என்பது கருப்பை என்று கதாசரித்சாகரம் (70.112) கூறுகிறது.[12] தாய்த்தெய்வ வழிபாடு நிலத்தோடு தொடர்புடையதாக பண்டு முதல் இருந்து வந்துள்ளது. மூத்ததேவியின் பெரிய பருத்தவயிறும், தனங்களும் மிகுந்த வளத்தைத் தரும் குறியீடுகளாக பண்டு வணங்கப்பட்டன. கி.பி. 9ம் நூற்றாண்டு வரை சேட்டை தேவியின் வழிபாடு சிறந்தோங்கியிருந்தது என்பதற்கு பரவலாக எல்லாப் பேரரசர்களின் ஆட்சியிலும் அமைக்கப்பட்ட கோவில்களில் காணப் படும் அத்தேவியின் சிற்பங்களே சான்றாகும். தேவர்களின் தாயாக வேதங்கள் போற்றும் அதிதி என்னும் பெண் தெய்வம் சுவர்க்கத்தின் அடையாளமாகக் காட்டப்படுகிறாள். ஐம்பூத நிகழ்வான பிறப்பு, இறப் பிற்கான மூலமாக ரிஷி கௌதமரால் போற்றப்படுகிறாள்.

பண்டைய நாளில் தாய்த்தெய்வ வழிபாடு மிகுந்திருந்ததை தொல்லியல் சான்றுகளைக் கொண்டு நிறுவலாம். பெருங்கற் பண்பாட்டைச் சார்ந்த திருநெல்வேலி ஆதிச்சநல்லூர் அகழாய்வில் தாய்த்தெய்வ வெண்கலச்சிலை ஒன்று கிடைத்துள்ளது. மேலும் அங்கு ஈமக்குழியில் உள்ளே வைக்கப்பட்டிருந்த ஒரு தாழியில் புடைப்புச்சிற்பமாக நின்ற நிலையில் தாய்த்தெய்வ வடிவம் காட்டப்பட்டுள்ளது. அத்தெய்வத்தின் அருகில் மான் ஒன்றும், தோகையுடன் கூடிய கரும்பும் அமைக்கப் பட்டுள்ளது. இது கொற்றவையாக இருக்கலாம் என்பது ஆய்வாளர்கள் கருத்து.[13] பூம்புகார் கடல் அகழாய்வின் போது மேற்பரப்பாய்வில் கிடைத்துள்ள சுடுமண் சிற்பம் ஒன்று குழந்தைக்கு பாலூட்டும் நிலையிலுள்ள தாயின் வடிவமாகும். இதன் காலமும் தொன்மையானதே.[14] பெருங்கற்பண்பாட்டுக் கால ஈமச்சின்னங்களில் ஒன்றான மோட்டூர் தாய்த்தெய்வம் பெரிய பாறையில் பறவை போன்ற உருவமைதியுடன் காட்டப்பட்டுள்ளது. வடநாட்டில் இத்தகைய உருவமைப்புள்ள சுடு மண் சிற்பங்கள் கிடைத்துள்ளன. அதிதி என்ற பெண் தெய்வமாக அங்கு இவ்வுருவம் கருதப்படுகிறது. திருவண்ணாமலை மாவட்டம், தொண்டைமானூர் ஊருக்கு அருகில் உள்ள ஒரு மலையின் அடிவாரத்தில் பாறைக்கீறல்களாக பெண் குறியீடும், அரசாட்சிக்குரிய முத்தலை தண்டும் காட்டப்பட்டுள்ளது.[15] இது பெண் குறியீட்டை வழிபடும் தாந்திரீக சடங்குகள் இங்கு பழங்குடியினரால் மேற்கொள்ளப்பட்டதை காட்டி நிற்கிறது.

மேலும் வடஇந்தியாவில் மகாராஷ்டிரா முழுவதிலும் காலுபாய், கருப்பு பெண் என்ற தேவதை வணங்கப்படுகிறது. எந்த உருவமும்

அல்லாத சிவப்பு வர்ணம் பூசிய கற்களே இத்தேவதையை பிரதிநிதித்துவப் படுத்துகின்றன. இவை தாண்டலா என்று அழைக்கப்படுகின்றன.[16] தமிழக கிராமங்களிலும் தங்கள் வீட்டுக் கொல்லைப் புறங்களில் மூன்று அல்லது ஏழு செங்கற்களை நட்டு வைத்து வணங்கும் வழக்கம் இன்றும் காணப்படுகிறது. அவை அவ்வீடுகளின் பெண் தெய்வ வழிபாட்டைக் குறிக்கிறது. கார்கா பள்ளத்திலும், சோனோரி, மல்கர்கட் பள்ளத்தாக்கு இப்பகுதிகளில் முட்டைவடிவ கற்கள் சிவப்பு வர்ணம் பூசப்பட்டு பெண்தெய்வமாக பூசிக்கப்படுகிறது.[17] துகாய் அருகிலுள்ள குன்றின் மேல் மகிஷாசுர – மாடோபாவை தாய்த்தெய்வம் ஜோகுபாய் மிதித்து நசுக்கியதை கற்சிலை ஒன்று காட்டி நிற்கிறது.[18] முத்திரையில் இந்திய எருதின் மீது பெண் தெய்வம் ஒன்று நிர்வாணமாக நிற்கிறது. சிந்துவெளி நாகரிகத்தின் அகழாய்வுகளில் பல பெண்தெய்வ சுடுமண் சிற்பங்கள் கிடைத்துள்ளன. அவற்றுள் சில நடனப்பெண்களாக உருவகிக்கப்படுகின்றன. மேலும் அங்கு கிடைத்த பெண் வெண்கலச் சிலை ஒன்று அரசியாக இருக்கலாம் என்று அதன் உருவமைதி கொண்டு கூறப்படுகிறது.[19] நின்ற நிலையில் வலதுகையை இடையில் வைத்து, இடதுகையை இடது தொடையில் வைத்துக்கொண்டு ஆளும் தன்மை யுடன் காணப்படும் இப்பெண்ணின் இடது கையில் செங்கோல் வைத்திருந் ததற்கு உரிய அமைவு காணப்படுகிறது. இதிலிருந்து இச்சமூகம் தாயை தெய்வமாகவும், ஆட்சித் தலைமையாகவும் கொண்டிருந்த தாய்வழிச் சமூகம் என்பதுவும், இது ஆரியர்க்கு முற்பட்டது என்பதுவும் ஆய்வாளர் களால் கணிக்கப்படுகிறது. மேலும் அங்கு கிடைத்த முத்திரைகள் பலவற்றுள் பெண் உருவங்கள் காணப்படுகின்றன. பாய்ந்து தாக்கவரும் இரண்டு புலிகளை கொல்லும் பெண் உருவம், மனிதன் ஒருவன் வணங்க, காளை அருகிலிருக்க, மரத்தின் நடுவே நிற்கும் பெண் தெய்வம், வரிசையாக நிற்கும் ஏழுபெண்கள், குழந்தை ஒன்றை அணைத்தபடி உள்ள பெண் என்பன குறிப்பிடத்தக்க முத்திரைகளாகும்.[20] இவையாவும் அப்பகுதிமக்களின் குடித்தெய்வங்களை காட்டும் குலச் சின்னங்களாகும். மாடு, புலி, யானை, பெண் என்ற இக்குலச் சின்னங்களே முத்திரையில் பதிக்கப்பட்டுள்ளதாக செரீன் ரத்னாகர் கூறுகிறார்.

தேவாரப்பாடல் பெற்ற பல தலங்கள் அதற்கு முன்பே தாய்த்தெய்வ வழிபாட்டிற்குரியவையாக இருந்தன என்பதை சான்றுகள் மூலம் விளக் கலாம். அதாவது கி.பி. ஏழாம் நூற்றாண்டில் சிவனுக்கு முக்கியத்துவம் அளிக்கப்பட்ட பல தலங்களில் முன்பே அங்கிருந்த தாய்வழி பாட்டோடு சிவவழிபாட்டை இணைத்த முயற்சியையும், இணைவிற்குப் பின்னும் பலவிடங்களில் சக்திவழிபாடே மேலோங்கி நிற்கும் அதன் பண்டைய எச்சம் மிஞ்சி நிற்பதையும் அக்கோயில்களின் தலபுராணங் கள் தெற்றெனக் காட்டி நிற்கிறது. சான்றாக பாடல்பெற்ற கோயில் களான கும்பகோணம், திருவாரூர், தாராசுரம், திருவாலங்காடு, தில்லை,

மதுரை, திருநெல்வேலி, மயிலாப்பூர், திருவாவடுதுறை, புள்ளமங் கை, திருச்சென்னம்பூண்டி முதலிய தலங்கள் சக்தி பீடங்களாக பண்டு வழிபடப்பெற்று பின்பு சிவவணக்கத்தை தன்னுள் இணைத்துக் கொள்ள வழிசெய்ததோடு, தெய்வத்திருமணங்கள் என்னும் இணைவுச் சடங்கினால் சிவனென்னும் பெருந்தெய்வம் மேன்மையுற்று உயர்ந் தோங்கவும் வகைசெய்தது. இக்கூறுகள் யாவற்றையும் நாம் மக்களின் நம்பிக்கை, வழிபாட்டுச் சடங்குகள், இலக்கியம் மற்றும் கல்வெட்டுச் சான்றுகள் இவற்றைக் கொண்டு நிறுவலாம். சிலப்பதிகார வேட்டு வவரி சிவனுக்குரிய அனைத்து அடையாளங்களையும் கொற்றவை பெற்றுள்ளதாக காட்டுவதும் இங்குக் குறிப்பிடத்தக்கது.

குடந்தையின்வரலாறானகும்பம்தாயின்வயிற்றைக்குறிப்பதே.இங்கு நடக்கும் கும்பமேளாவைப் போன்றதொரு சடங்கு சிந்துவெளி மக்களி டத்தில் இருந்திருக்கவேண்டும். மொகஞ்சதாரோவின் மிகப்பெரிய குளம் இத்தகைய கும்பச் சடங்கை நடத்துவதற்காக அமைக்கப்பட்டதாக இருக்கலாம் என கோசாம்பி கருதுகிறார். திருவாரூர் ஒரு சக்தித்தலம் என்பதை சுல்மன் கூறுகின்றார். தாராசுரத்தின் பிரகாரச்சுற்றில் அமைந் துள்ள அன்னையின் பல்வேறு வடிவங்களும், அர்த்தமண்டப நுழைவில் உள்ள அன்னபூரணி சிற்பமும், மற்றும் அவ்வூரின் சிறுகோயிலில் வழிபடப்பெறும் தலையில் தாமரைமலர் காட்டப்பெற்ற சக்ராயி அம்மனும் இத்தலம் ஒரு சக்திபீடமே என்பதைக் காட்டுகின்றன. குடந்தைக் கீழ்கோட்டம் கோயிலில் உள்ள கல்வெட்டொன்று இங்கு யாமளை என்னும் தாந்திரிக நூல் வாசிக்க முதலாம் இராஜேந்திரனால் வழங்கப்பட்ட நிவந்தத்தைக் குறிப்பிடுகின்றது.

காவிரி தென்கரைத் தலமான சம்பந்தர் பாடல்பெற்ற புள்ளமங்கை ஆலந்துறையார் கோவில் கல்வெட்டொன்று, இவ்வூரிலுள்ள திருமணி மண்டபத்தில் எழுந்தருளியுள்ள காளாப்பிடாரிக்கு நிவந்தங்கள் அளித் ததைக் குறிப்பிடுகின்றது.[21] இக்கொடையளித்தவர் பெயர்ப்பட்டியல் மிகநீண்டது. அதில் அனைவரும் நாட்டார்கள் என்பது இங்கு குறிப்பிடத் தக்கது. ஏழாம் நூற்றாண்டில் சிவவழிபாட்டிற்கான முறைமைக்கு முன்னரே இத்தெய்வம் நாட்டார் வழக்கில் இருந்துள்ளதை இக்கல் வெட்டு உறுதி செய்கின்றது. காவிரி வடகரைத் தலமான கொள்ளிடத் தென்கரை இடையாற்று நாட்டு திருச்சென்னம் பூண்டி கோவிலில் உள்ள தாங்குதள வேதிக்கண்டச் சிறிய சதுரவடிவ புடைப்புச் சிற்பங்களான காளி, கொற்றவை, சாமுண்டி, திருமகள், பூவராகம் முதலியன இங்கு தாய்த்தெய்வ வழிபாடு சிறப்புற்றிருந்ததைக் காட்டி நிற்கிறது.

கன்னிநாடு என பெண்தெய்வ வழிபாட்டால் பெயர்பெற்ற பாண்டிய நாட்டுப் பகுதிகளான மதுரை, திருநெல்வேலி ஊர்களின் மீனாட்சி, காந்திமதி அன்னை தெய்வங்களின் பெயர் பாண்டியர்களின் குலச்

சின்னங்களான மீன் மற்றும் சந்திரனைக் கொண்டுள்ளது இங்கு நோக்கத் தக்கது. குலச்சின்னங்களை வழிபடுதலே தொல்குடித்தன்மையில் மர பாயிருந்தது. அது வேட்டுவ நிலையைக் குறிக்கிறது. பின் அடுத்து வந்த வேளாண்மை நிலையில் பெண் தெய்வமாக வழிபடப்பட்டதால் இக்குலச்சின்னங்கள் பெண்ணுக்கு உரியதாக்கப் பட்டன. இக்கருத்தில் நாம் மேற்சொன்னவற்றை பார்க்கவேண்டும். பாண்டியர்கள் சந்திரவம்சத் தவர்கள் என்று தங்களைக் கூறிக்கொள்வர். பெண் தெய்வங்களின் சின்னங் களாக நிலவும் கதிரும் இடம்பெறுகின்றன என்றும், நிலவின் மூன்று நிலைகள் பெண் தெய்வங்களின் மூன்று வடிவங்களையும், வாழ்க்கைச் சுழற்சியின் மூன்று வகையான ஆற்றல்களையும் வரையறுக்கின்றன என்றும் பலூஸ் வழிபாடு என்னும் நூலில் பட்டாச்சார்யா குறிப்பிட்டுள்ளார். கடல்சூழ்ந்திருந்த பண்டைய பாண்டியரது வளர்ச்சி கடல் வளத்தினா லேயே என்பதால் மீன் அவர்களின் குலமரபுச்சின்னமாக வழிவழி வந்து பின் அரசுச் சின்னமாக போற்றப்பட்டது எனக்கருத இடமுண்டு.

காடுகிழாள், காடுகிழத்தி, கானமர்ச்செல்வி என சங்க இலக்கியங்களில் போற்றப்படும் கொற்றவை, காளி ஆகிய அன்னையர் கானகத்திற்கே உரிய தெய்வங்கள் என்பதை தெற்றெனச் சுட்டுவதை நோக்குங்கால், தில்லை வனம் எனப்படும் சிதம்பரம், திருவாலங்காடு, கடம்பவன மதுரை, கச்சிப்பேடு என்னும் காடுசூழ் தலங்கள் பின்னாளில் சிவனின் திருத்தலமானது ஆய்விற்குரியதாக உள்ளது. கச்சிப்பேடு தவிர்த்த மற்றவை சிவன் ஆடல் நடத்திய ஐந்து சபைகளுள் மூன்றாகும். இவற்றில் தில்லையிலும், ஆலங்காட்டிலும் அங்கு பண்டிருந்த காளியோடாடி, வென்று ஊர்ப்புறத்திற்கு அப்பழையோளை அனுப்பிவிட்டதை நாம் அத்தலங்களில் ஊருக்கு வெளியே தில்லைக்காளி, ஆலங்காட்டுக் காளி வீற்றிருப்பதிலிருந்து அறியலாம். ‘ஆடல்’ என்பதற்கு ‘சண்டை’ என்று தமிழ் அகராதிகள் ஒரு பொருள் கூறுகிறது. இதைக்கொண்டு நோக்கு கையில் கி.பி.ஆறாம் நூற்றாண்டின் தொடக்கத்தில் எழுச்சிபெற்ற சிவ வழிபாடு இங்கு பண்டிருந்த தாய்த்தெய்வ வழிபாட்டோடு இணைய மேற்கொண்ட ஒரு போராட்ட முயற்சியை ‘ஆடல்’ என்ற குறியீட்டின் வடிவாக தலபுராணங்கள் உரைக்கின்றன எனக் கருத இடமுண்டு. மேலும் ஆடல் தலத்தின் ஒன்றான மதுரையில் இவ்விணைவு திருமணம் என்னும் செயலாக அரங்கேறியுள்ளதும் இங்கு நோக்கத்தக்கது.[22] இவ் விணைவிற்கான நிகழ்வு வடஇந்தியாவிலும் நடந்துள்ளதை கோசாம்பி தன்னுடைய மாயையும் எதார்த்தமும் என்ற நூலில் விவரிக்கிறார். அங்கு மாஷோபா என்ற ஆண்தெய்வத்தை பழங்குடி பெண்தெய்வம் கொல்வதாகவும், அம்மக்கள் அந்த ஆண்தெய்வத்தை ஏற்றுக்கொள்ள வில்லை என்பதையும் ஆய்ந்துள்ளார்.

திருவாவடுதுறை என்பதை பிரித்துக் காண ஆ+அடுதுறை என்பதில் நிரைகள் மிகுந்த இடமாகவும், அவை ஆட்சி செய்யும் இடமாகவும் பொருள் கொள்ளலாம். ஆநிரைகளையும், அடுதுறை என்பது ஆட்சி செய்யுமிடம் அல்லது நீர்நிலைகளைக் குறிக்கிறது. இத்தலம் கோமுத் தீஸ்வரம் என்று வழங்கப்படுகிறது. அதாவது பசுவின் முகத்தினை உடைய பார்வதி கோமுகி, கோமுத்தி என்று அழைக்கப்படுகிறாள். இத்தல புராணம் பார்வதி பசுவின் வடிவங்கொண்டு இறைவனைப் பூசித் ததைக் கூறும். இப்புராணக்கூற்று நாம் மேற்கண்ட மதுரை, நெல்வேலி குலமரபுச் சின்னங்கள் பின் பெண்தெய்வ வழிபாட்டுடன் இணைந்த நிகழ்வோடு ஒப்பிட்டு நோக்கலாம். ஆக்களை குலக் குறியாக கொண்ட மக்கள் பின் தாம் வணங்கிய பெண் தெய்வத்திற்கு அதன் குறியீட்டை ஏற்றி, அன்னை தெய்வத்தை கோமுகி என்று ஏற்றியுள்ளனர். பின் இத்தெய்வம் சிவனை வழிபட்டதாகக் கூறப்பட்டு சிவன் மேலோங் கிய பெருந்தெய்வமாகக் காட்டப்படுவது தலப்புராணத்தில் உட்புகுந் திருக்கும் சமூகப்பின்னணிக் காட்சியாகும். பேரரசர்கள் காலத்தில், பக்தி இயக்கக் காலத்திலும் தலபுராணங்களின் கூற்றின்படி சிவன் பெருந் தெய்வமானாலும், பழைய மரபாக இன்றும் இக்கோயிலில் மக்கள் தங்கள் நோயினைத் தீர்க்கவும், வளத்திற்கும் நந்தி என்ற காளையை வணங்கு வது கண்கூடு.[23] இது பழமையின் தொடர்ச்சி என்பதில் ஐயமில்லை. மேலும் இத்தலம் மூலன் என்னும் இடையன் உடல் பெற்று, திருமந்திரம் பாடிய திருமூலரின் சமாதி அமைந்த இடம் என்பதும் இங்கு குறிப்பிடத்தக்கது. பெண்ணின் வழிபாட்டுச் சடங்கான மந்திர, தந்திரங்களை 'கள்ளும் காமமும் கலதிகட்கேயாம்' என்று பழிக்கும் திருமூலர் தம் மந்திரத்தில் பலவிடங்களில் சிவசக்தி இணைவைப் பற்றிப் பாடுகின்றார். இப் பின்னணியில் நாம் மயிலாப்பூர் தலத்தினையும் நோக்கலாம். மயிலாக அன்னை சிவனை வழிபட்ட கதை இங்கு தலபுராணமாக உள்ளது.

திருவாவடுதுறைக் கோயிலின் கருவறை வடபுறத்தில் துர்க்கைக் கோட்டத்திற்கு அருகே வணங்கி நின்ற நிலையில் உள்ள ஒரு ஆடவர் சிற்பம் உள்ளது. இதன் அருகே உள்ள கல்வெட்டு 'வாமபூசை உடை யான் எழுவன் சந்திரசேகரன்' என்று குறிப்பிடுகிறது.[24] எனவே இங்கு பெண்ணைக் கும்பிடும் வாமபூசை வழக்கத்திலிருந்ததை அறியலாம். தல புராணக்கதையின் உட்சான்றும் இதனை மெய்ப்பிக்கிறது.

திருவெண்காடு கோவில் வீரராஜேந்திரன்காலத்துகல்வெட்டொன்று அக்கோயிலில் கன்னிபூசை செய்வதற்காக நிவந்தங்கள் அளித்ததைக் கூறுகின்றது.[25] இக்கன்னிபூசை நங்கை என்பவளின் மகனால் ஆயில்ய நட்சத்திரத்தில் நடத்தப்பட்டதும், கன்னிப்பூசைக்கென உரிய பிராம் மணக்கன்னிகள் ஒன்பது பேருக்கும், கணபதி, சுப்ரமண்யர் எனத்திகழும் பிராம்மண பிரம்மசாரிகள் இருவருக்கும் உரியவை வழங்க ஒன்பது பொன் கழஞ்சு வழங்கப்பட்டதைக் கூறுகிறது.

இரண்டாம் இராஜேந்திரனின் திருக்கோகர்ணம் கல்வெட்டு, அங்கிருந்த துர்க்கைக்கு 'விஜ்ஜயி அர்ச்சனை' (வெற்றிப்பூசை) செய்ய அளிக்கப்பட்டக்கொடையைக்கூறும்.[26] நெல்லைகங்கைகொண்டானில் மாறவர்மன் சுந்தரபாண்டியன் காலத்தில் அங்குள்ள தேவிக்கு தனிப் பூசை நடத்த அளிக்கப்பட்ட நிவந்தம் குறிப்பிடத்தக்கது.[27]

கன்னி வழிபாடு, தாய்த்தெய்வ வழிபாடு சமூகத்தில் தொல்குடி நிலையிலிருந்து அரசு உருவாக்கம் பெற்றதிலும் தொடர்ந்து, வலிமை யான போற்றுதல்களையும், பெருந்தெய்வ எழுச்சியால் தாக்குதல் களையும் பெற்றுள்ளதென்பதை வரலாற்றுக் கண்ணோட்டத்தில் நோக்க வேண்டும். வேட்டுவநிலை, வேளாண் நிலை தாண்டி, வாணிகத்திலும் கடற்தெய்வமாகவும், பாலைத்தெய்வமாகவும்விளங்கு வதையும் சிலம்பும், மணிமேகலையும் காட்டி நிற்கும். இத்தொடர்ச் சியான பெண்தெய்வ வழிபாடு பண்டு முதல் இன்று வரை நிலம் மற்றும் நீர் வளத்திற்காக மக்களால் மேற்கொள்ளப்பட்டதேயாகும். அதன் தொடர்ச்சியாக இன்றும் மழைவேண்டி மாரி என்ற தனித்தெய்வமாகக் கொண்டு கன்னிபூசை நடத்துவதும், வேளாண்மையின் செழிப்புக் குறியீடாக முளைப்பாரியெடுத்தலும், தாயின் வயிறாகப் போற்றப்படும் 'கரகத்தைப் போற்றி வணங்குதலும் ஊர்ப்புறங்களில் வழக்காக உள்ளதை நாம் காணலாம்.

அடிக்குறிப்புகள் :

1. தமிழ் லெக்சிகன், சென்னைப் பல்கலைக்கழகம்.
2. தாமோதரன், கு. (பதிப்), 'தொல்லியல் நோக்கில் தமிழகம்' த.நா.அ.தொ.துறை, சென்னை.1999, பக்.270
3. மே.கு.நூ. பக்.271
4. களஆய்வாளர் முனைவர். இரா.பூங்குன்றன்
5. Trivedi, R.D. 'Iconography of Parvati', Agam Kala Prakashan, Delhi, 1981. p.69
6. தேவி பிரசாத் சட்டோபாத்யாயா, 'உலகாய்தம்' NCBH, சென்னை. 2010. பக்.233
7. சிலப்பதிகாரம், வேட்டுவரி (6571)
8. முனைவர். சக்குபாய், இரா.(பதிப்) 'க.நெடுஞ்செழியனின் சங்ககாலத் தமிழர் சமயம்' பாலம், சென்னை. 2008. பக்.142
9. கோசாம்பி, டி.டி. 'மாயையும் எதார்த்தமும்', அலைகள் வெளியீட்டகம், சென்னை. பக்.137
10. தேவி பிரசாத் சட்டோபாத்யாயா, 'உலகாய்தம்' NCBH சென்னை. 2010. பக். 281

11. மே.கு.நூ. பக்.302
12. மே.கு.நூ. பக்.85
13. தகவலாளி : திரு.டி.சத்தியமூர்த்தி, Former Suprident of Archaeology, ASI, Chennai.
14. முனைவர். ஸ்ரீதர், தி.ஸ்ரீ. இ.ஆ.ப., (பதிப்) 'கல்வெட்டு' த.நா.அ.தொ.துறை, சென்னை. 2010
15. களஆய்வாளர்கள்: திரு.பழனிவேல், முனைவர்.இரா.பூங்குன்றன்
16. கோசாம்பி, டி.டி. 'மாயையும் எதார்த்தமும்', அலைகள் வெளியீட்டகம், சென்னை. பக்.127
17. மே.கு.நூ. பக்.131
18. மே.கு.நூ. பக்.136
19. 19. Walter A. & Fairservis, JR. 'The Roots of Ancient India', London, George Allen & Unwin, Ltd., 1971, p.279
20. மே.கு.நூ. பக்.276, 277
21. 'பாபநாசம் வட்டக் கல்வெட்டுகள்' த.நா.அ.தொ.துறை, சென்னை.
22. 'மதுரை மீனாட்சிசுந்தரேசுவரர் கோயில் தலபுராணம்', மதுரை.
23. களஆய்வுச் செய்தி : கட்டுரையாளர்
24. திருவாவடுதுறை ஆதினம், 'திருவாவடுதுறை திருத்தலவரலாறு', 2009. பக்.76
25. தாமோதரன், கு. (பதிப்), 'தொல்லியல் நோக்கில் தமிழகம்' த.நா.அ.தொ.துறை, சென்னை.1999, பக்.272
26. தியாகராசன், இல. 'திருக்கோகர்ணம் கல்வெட்டுகள்' ஆவணம், இதழ் 1
27. தென்னிந்திய கல்வெட்டுகள் தொகுதி 5, எண்.735

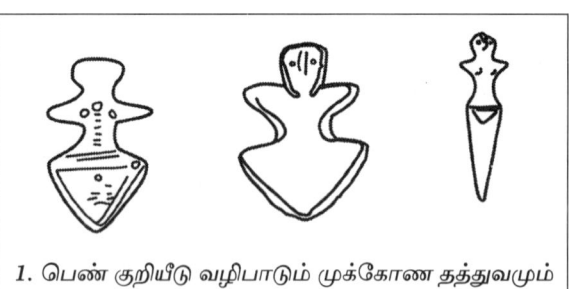

1. பெண் குறியீடு வழிபாடும் முக்கோண தத்துவமும்

2. பெண்ணின் யோனியிலிருந்து செடி வெளி வருதல், சிந்துவெளி முத்திரை

3. சந்தால் பழங்குடிகளின் சடங்குப் பானை

5. கரகம் நாட்டார் வழக்கு

6. தாயின் வயிறு எனப்படும் கும்பம் அல்லது பாலிகை

7. ஸ்ரீசக்கரம்

ஆடலங்கு: விறலி
(முல்லை சான்ற கற்பின் மெல்லியள்)

விறலி – ஒரு பாண்மரபினள்

விறலி என்பார் பெண்பாற் கூத்தரும் பாடகரும் ஆவார் என்கிறார் க.கைலாசபதி. இச்சொல் கூத்தர், பொருநர் என்பவற்றின் பெண்பால் சொல்லாகும். விறலியர் கூத்தர், பாணர் இவர்களின் அறிவுத்திறம் வாய்ந்த, எழில் நலம் மிக்க, வனப்புடைய, உரிமை வாய்ந்த மனை யாளாகவும், ஆடல் பாடல் இவற்றில் தேர்ச்சி பெற்ற கலைஞர்களாகவும், தலைவன்பால் தலைவியிடத்து தூது செல்லும் மதிநுட்பம் பொருந்திய சமூகச் செயல்பாடுடைய உயர்நிலை மாந்தர்களாகவும் சங்க இலக்கியங் களின் வாயிலாக அறியப்படுகிறார்கள் என்பது தெளிவு.

'விறல்' என்ற சொல்லுக்கு வெற்றி, வலிமை, மேம்பாடு, வீரம், செறிவு ஆகிய பொருள்களை நிகண்டுகள் தருகின்றன. தொல்காப்பியம் விறலியரை பாண்கலைப் பிரிவினருள் முதன்மையானவராகக் குறிப் பிடுகிறது. வலிமை மிக்க அரசர்களின் போர் வெற்றிகளைப் பாடுபவராகவும், வீரப்பொருண்மையும் போர்ப்பொருண்மையும் குறித்து செயற்படும் ஆடல் மகளிராகவும் அடையாளப்படுத்தப் படுகின்றனர். ஆடலும் பாடலும் விறலியரின் தொழில்கள் என்பதில் ஐயமில்லை. பாணனின் மனைவியாகக் காட்டப்படும் விறலி (புறம்.60) காட்டு மயில் போன்று ஆடும் திறனைப் பெற்றவள் என அறியப்படுகிறாள். ஆடல், பாடல் என்ற வாழ்வியலின் இயல்பு நிலைப் பொருண்மைகளைத் தொழிலாகவும், செவ்வியல் நிலையில் வகுக்கப்பட்ட நிகழ்த்துகலைகளாகவும் அவைகள் உருவாவதற்கு

முன்னே, தொல்குடி வாழ்வியல் சூழல்களில் இத்தகு மகளிர் மந்திரச் சடங்குகளோடு தொடர்புடையவராய் இருந்தனர் எனலாம். மந்திரச் சடங்குகளின் குறியீட்டு நெறியானது பெரும்பாலும் குழு நடனமாகவும், எழுவர் பெண்கள் கைகோர்த்து ஆடும் குரவை, காந்தள், துணங்கையாகவும் நடந்துள்ளன. மந்திரச் சடங்குகளில் தெய்வ ஆவேசமுற்றவரின் பாடல் வரிகள் முத்திரைகளோடும், மெய்ப்பாடு களுடனும் நிகழ்த்திக் காட்டப்பட்ட நிலையானது வேட்டைச் சமூக நிலையில் அவ்வினத்திற்கான உணவு தேடலில் வெற்றியையும், அதன் பொருட்டு வெளிப்படும் அக்குழுவின் தலைவனின் வீரத்தையும் எடுத் தியம்பியது. இந்நிலை பாண்கலை மரபின் பழந்தன்மையெனக் கருத இடமுண்டு. பாண்கலை என்பது அரசன் அல்லது தலைவனின் வெற்றி யையும் வீரத்தையும் போற்றிப்பாடுவது. போருக்கு முன்னதாகவும் அதாவது விரிச்சி கேட்டல், உண்டாட்டு, வெற்றி வேண்டி வேள்வி செய்தல் ஆகிய செயல்களின் போது வேட்களத்திலும், வெற்றிக்கு பின்னதாக போர்க்களத்திலும், விழாக்காலங்களில் விழவுக் களத்திலும் இப்பாண்மரபுக் கலைகள் நிகழ்த்தப்பட்டன.

விறலியின் எழில்

விறலியர் தமக்கு இயல்பான ஆடல், பாடல் ஆகிய கலைத்திறமை களுக்கு ஏற்ப நூல்களில் கூறப்பட்ட அழகினையும் நிரம்ப உடைய வராவா. விறலியரின் ஒளிமிக்க நுதல், பூந்துகில் அல்குல், வளைந்து வரும் இளமுலை, பணைத்தோள், தேம்பாய் கூந்தல், ஒளிமிக்க பல வணிகளின் புனைவு (பதி.54) என விறலியின் உடல் வனப்பு வருணிக் கப்படுகின்றது. விறலியைக் குறிப்பிடும் பல பாடல்களில் அவளின் கண்கள், நுதல், அல்குல், கூந்தல் ஆகியன இடையறாது சிறப்பிக் கப்படுகிறது. ஆடல் மகளிருக்கான அங்க இலக்கணங்களை இவர்கள் பெற்றிருந்தமையை இது காட்டுகின்றது. அகப்பாடலொன்று (352) தன் தலைவனின் குன்றில் ஆடும் மயிலின் பின்னே பலாப்பழத்தை பிடித்துக் கொண்டு நிற்கும் ஆண்குரங்கைப் பற்றி எண்ணிப் பார்க்கும் தலைவி தோழியிடம், விழவுக் கொண்டாடும் மூதூரில் கூத்தர்களின் ஆடல் நிகழ்வில் ஆடும் விறலியின் பின் நின்று கொண்டு முழவை இயக்குபவனைப் போல அக்குரங்கு காட்சியளிப்பதாகக் கூறுகிறாள். இக்காட்சி அவ்வாறே சிற்பங்களிலும் ஓவியங்களிலும் தீட்டப்பட்டிருப்பதுவும் இங்கு குறிப்பிடத்தக்கது. மேலும் இக்காட்சி இன்றும் ஆடல் மகள் ஆட, மத்தளம் வாசிப்போர் பின் நின்று இசைக் கும் காட்சியை நம் கண்முன் காட்டி நிற்கிறது. இவ்வாறாகத்தான் கூத்தர் எனப்படும் ஆடற்கலையோடு பாடலையும் இசையையும் பொருத்தி நாடகவியலுக்கு வித்திட்டக் குழுவினரில் விறலி ஆடலோடு பாடுந்திறமும் பெற்றிருந்த இளமகளாகக் காட்டப்படுகிறாள். கூத்தர், பொருநர், பாணர் இவர்களின் குழுவினர் நிகழ்த்தும் விழவுக்களத்தின்

கூத்தாட்டரங்கக் காட்சியை தலைவி தலைவனின் மலையில் நிகழும் இயற்கை காட்சியோடு ஒப்பிடும் மற்றொரு அகநானூற்றுப்பாடல் (82) இன்புறத்தக்கது. மூங்கிலில் புகுந்து வரும் காற்று குழலிசையாகவும், அருவியின் ஒலி முழவிற்கும், மான்களின் வாய் ஒலி பெருவங்கியாகவும், பூக்களின் தேன்உண்ணும் வண்டின் ரீங்காரம் யாழிசையாகவும், இவற்றைப் பார்க்கும் மந்திகள் பார்வையாளர்களாகவும், மயில்கள் ஆடும் மகளிர்க்கும் அப்பாடலில் ஒப்பிடப்படுகிறது. இதுபோன்ற கூத்துக் கலைகள் பலவற்றை தலைவி தன் ஊரிலும் கண்டிருக்கிறாள் என்பதை ஆராய்கையில் இப்பாண்மரபுக் கலை சமூகத்தின் மிக நெருக்கமான வாழ்வியல் கலைக்கூறாக இருந்துள்ளது என்பதை அறியமுடிகிறது.

விறலியர் இயல்பு நலன்கள்

விறலியர் ஊரின் விழவுக் காலத்திலும், போர்க்களத்திலும், அரசனின் அவையிலும், மன்றிலும் ஆடினர். அதற்கு பரிசிலாகபல் அணிகலன்களைப் பெற்றுள்ளனர். எண்ணெய்யும் துணியும் வேண்டியுள்ளனர். ஆம்பல் பூவையும், பாதிரிப் பூவையும் சூடியிருந்தனர். (பு.70) விறலியர் ஆடற் கலையில் தேர்ச்சி பெற்றவர்களாயினும் அவர்கள் உடல் இயல்பில் மென்மையானவர்கள். ஆய்அண்டிரன் ஆட்சி செய்து வரும் பொதியில் மலைக்கு பாடிப் பரிசில் பெறச் செல்லும் விறலி மலையேறுகையில் சிறு வழியில் நடந்து வருந்துகின்ற நிலையை புறப்பாடல் 135 விவரிக்கின்றது.

உலை ஏற்றி, சோறாக்கி, கள்ளை அனைவருக்கும் ஊற்றிக் கொடுக்கவும், தங்கள் தலையில் மலர்களைச் சூட்டிக் கொள்ளவும் விறலியர் (பு.172) கட்டளையிடப்படுகின்றனர். உண்டாட்டில் பங்கு பெற்று விருந்தோம்பலில் சோறாக்கி அனைவருக்கும் பகிர்ந்தளிக்கும் விறலியின் கொடிச்சி தன்மை ஆகிய பண்பு நலன்கள் அவர்களின் மனை மாண் பினைக் காட்டுகின்றன. 'முல்லை சான்ற கற்பின் மெல்லியள்' என்று சிறுபாணாற்றுப்படையில் விளிக்கப்படும் விறலியர் மிகுந்த மென்மைத் தன்மை கொண்டவர்களாக காட்டப்படுகின்றனர். புறப்பாட்டு 139 அடிவருந்த அவள் ஆய்அண்டிரனின் மலையின் சிறுவழிப் பாதையில் ஏறிய பொழுது வருந்தியதைக் குறிப்பிடுகிறது.

பாணன் உடனுறைவாளாகிய விறலி பாடினி எனப்பட்டாள். புறப்பாடல் (70) ஒன்றில் பாணன் 'முதுவாய் இரவல' என விளிக்கப் படுகின்றான். முதுவாய் என்பது நற்சொற்களையும், ஆவனவற்றையும் கூறுதலாகும். இத்தன்மையுடையவளாய் நாம் விறலியை நோக்க, அவள் தெய்வமுற்ற நிலையில், தொல்குடிச் சடங்குகளில் ஈடுபட்டிருந்த இளமகள் ஆவாள். இதற்கு சிலம்பு காட்டும் சாலினியைக் குறிப் பிடலாம். வாழ்வியல் மெய்யுணர்வு ஆக்கங்களான களிப்பு, வெற்றி, கோபம், காமம் இவைகளின் வெளிப்பாடுகள் உடல் அசைவுகளாகி ஆடற் தன்மையும், மந்திரச் சொற்கள் அடங்கிய முதுவாய்ப் பாடல்

களைப் பாடும் தன்மையும் விறலி பெற்றிருந்தமையால் அவள் போர்ப் பொருண்மை பாட வல்லவளாகவும், தலை மக்களிடத்து தூது செல்ல வல்லவளாகவும் விளங்கியுள்ளாள் என்பது தெரிகிறது. எண்ணங் களுக்கேற்ற மெய்ப்பாடுகளை நன்கு தெரிந்தவளாகவும், உள்ளத்து உணர்வுகளை உளவியற் பாங்கில் புரிந்தவளாகவும் விறலி தோழியின் வாயால் கூறப்படுவதும் இங்கு எடுத்துக்காட்டத்தக்கது.

விறலியின் சமூக நிலை

நற்றிணை 170வது பாடலில் சங்க கால வாழ்வியலில் விறலியின் பங்கு நன்கு புலனாகும். தோழி கூற்றாக, மருதத்திணையில் அமைந்த இப் பாடல், தோழி தலைவன் பொருட்டு தலைவியிடம் தூது வந்திருக்கும் விறலியை வாயிலிடை மறுத்ததாக அமைகின்றது. இளமை வாய்ந்த கண்களையும், நறுமணம் மிக்க கூந்தலையும், பருத்த தோள்களையும், வரிசை மிக்க பற்களையும், திரண்டு நெருங்கிய தொடைகளையும் கொண்டவளாகவும், அழகில் ஈடு இணையில்லாதவளாகவும் விறலியின் எழில் நலம் இப்பாடலில் காட்டப்பட்டுள்ளது. இத்தகு இளமை சிறப்பு நலம் பொருந்திய விறலி தலைவியின் ஊரில் நடைபெறும் விழாவே பொலிவு பெறுமாறு வந்து நிற்கிறாள். அவளிடமிருந்து நம் கணவர்களை காக்க வேண்டும் ஓடி வாருங்கள்! ஓடி வாருங்கள்! என்று தோழி பதறி அழைக்கிறாள். அவ்வாறு விறலியிடமிருந்து நம் காதலரை காக்கத் தவறினால் ஆரியர் போரிட்டக் காலத்தில் முள்ளூரைச் சேர்ந்த ஒள்வாள் மலையனது வேற்படைக்கு அஞ்சி ஆரியப்படை ஓடியது போல, விறலியின் கண்களாகிய வேற்படைக்கு நம் காதலர்கள் வீழ்ந்து பலி யாவர். பின்பு நாமெல்லாம் அழிந்து ஒழிய வேண்டியது தான் என்கிறாள் தோழி.

இப்பாடல் இருநிலைகளை நமக்கு விளக்கிக் காட்ட முற்படுகிறது. ஒன்று விறலியின் சமூக மதிப்பு. மற்றொன்று அவளின் இளமை மாண்பு. ஆனால் இவ்விரண்டும் ஒன்றுக்கொன்று முரணாக அமைந்துள்ளது என்பதுவும் நோக்கி வியக்கத்தக்கதாக உள்ளது. தலைவன் பால் தூது வந்தவள் அறிவிற் தேர்ச்சி பெற்றவளாகவும், நயம்பட உரைப்பவளாகவும், தலைவியின் உளவியலை அறிந்தவளாகவும் இருக்க வேண்டும். இவை எல்லாவற்றையும் விட தூது இலக்கணங்களுள் ஒன்றான நன் நம்பிக்கைக்கு உரியவராகவும், இருபாலரும் கூடும் வகைக்கு பொறுப்புக் கொண்ட வராகவும் இருத்தலின் என்பதுவும் விறலியின் நற்பண்புகளாக இப் பாடலில் உணர்த்தப்படுகின்றது. இந்த நற்பண்புகளைக் கொண்ட மையாலேயே அவள் தூதாக அனுப்பப்படுகிறாள். ஆடல், பாடல் கலை களில் தேர்ச்சிப் பெற்ற இவள் தலைவியின் மனநிலைக்கேற்ப மன முருகியல் உணர்வு கொண்டவளாயும், தலைவனின் உணர்வுகளை தலைவியிடம் விளக்கிக் காட்டுவாள். சமூகத்தின் உயர்நிலையில், வளம்

மிக்க மாந்தர்களிடம் உரிமைப் பெற்றவளாகவும், அவளின் சொற்களை தலைமக்களும் ஏற்றனர் என்பதுவும் இதனால் பெறப்படுகிறது. மற்றொன்று மேற்கண்ட நலனுக்கு நேரிடை எதிராக சித்தரிக்கப்படுகிறது. அஃது விறலியின் இளமையழகுச் சிறப்பு. இதுவே தலைமக்களை பிரிக்கும் ஆற்றலை உடையதாகவும் காட்டப்படுகிறது. இருண்டு, சுருண்டு தழைத்த நெறிப்புடைய கூந்தலையும், ஏந்திய பக்கமுடைய அல்குலையும், புன்முறுவலையும், இளமையையும் உடையவர்களான விறலியர் அரசனின் விருந்தோம்பலில் பங்கேற்ற செய்தியை பதிற்.18வது பாடல் குறிப்பிடுகிறது. தலைமக்களோடு விறலியர் கொண்டிருந்த நெருக்கமான, இணக்கமான உறவை இது காட்டுகிறது. போரில் தலைவன் மார்பில் பட்ட கொடியப் புண்ணால் மிக்க உயிருக்கு வருந்திக் கொண்டிருக்கும் நிலையில் தலைவி தன் வாழ்க்கையோடு துடியன், பாணன், விறலி ஆகியோரின் வாழ்வும் என்ன ஆகுமோ என்று பரிதவிப்பது இப்பாண் கூட்டம் தலைமக்கள் குடும்பத்தோடு நெருங்கிய உறவு கொண்டிருந்தனர் என்பது புலப்படும்.

விறலியரும் மன்னர்களும்

விறலியர் பாணரொடு மன்னன் பிட்டங்கொற்றன் வழங்கிய வெங்கள் தேறலை (பு.170) அருந்தியுள்ளனர். நலங்கிள்ளி அவனைப் பாடும் விறலியர் சூடும் பூவிற்கு விலையாக மாடமதுரையையேத் தருவான் என்று கோவூர் கிழார் (பு.32) கூறுகிறார். இவ்வரிகள் மிகுந்த ஆழமானவை. அரசமாதேவியர்க்கு உரைக்கும் சொற்கள் இங்கு விறலியர்க்கு சொல்லப்படுகிறது.

பாண் கூட்டத்தினர் விறலியரோடு அரசனின் பாசறை இருப்புகளையும், போர்க்களங்களையும் கண்டு பாடியுள்ளனர். புறப்பாடல் (64) விறலியைப் பற்றிக் கூறும் புலவர் அவர்கள் பாண்டியன் பெருவழுதியை அவன் பெருவெற்றி பெற்ற களத்தேச் சென்று கண்டதாகக் கூறுகிறார். மன்றங்கள், தெருக்கள், விழவுக்களம், அடுகளம், வேள்விக்களம் இவற்றில் பாணர், விறலியர் பாடி ஆடும் போதெல்லாம் அரசனது புகழை ஏத்திப்பாடி ஆடுவது பண்டைய மரபாகும். இவற்றுள் மன்றங்கள், தெருக்கள் ஆகியவை சாமானிய மக்கள் கலை நிகழ்வுகளை கூடுமிடங்களாகவும், விழவுக்களம் பொலிவுறு மாந்தர் கூடுமிடங்களாகவும் அறியப்படுகின்றன. அடுகளத்தில் பாடியது என்பது வீரர்களுக்கு மத்தியிலுமாகவும், வேள்விக்களமென்பது வெற்றி பெற வேண்டி அரசன் செய்யும் வேள்வி, போர் வெற்றிக்கான நிமித்தக்குறி வேண்டி நிற்கும் பலிச்சடங்குகள் முதலானவற்றிலும், உண்டாட்டு முதலிய நிகழ்வுகளிலும் அவனது புகழைப் பொருண்மையோடு பாடி ஆடுதலாம். செங்குட்டுவன் தன் பகைவரைப் போரில் கொன்று அழித்த பின்பு பரிசிலர்களிறு பெறும் நிகழ்வில் விறலியர் அவன் போர் வெற்றியைப் பாடியதை

பதி.47வது பாடல் விவரிக்கிறது. வென்று ஆடு துணங்கை (பதி.77) போர்க்களத்தில் வீரர்களுடன் கைகோர்த்து அரசன் ஆடியுள்ளான். அவ்வரசனே விழவுக் காலத்தில் ஆடல் மகளிரொடு கைகோர்த்து ஆடியதால் அவனின் அரசமாதேவி ஊடல் கொண்டாள் என்பதையும் (பதி.52) காட்டுகிறது. எனவே ஆடல் மகளிரொடு மகிழ்ந்திருந்த தலைவன்பால் தலைவி ஊடல் கொண்ட செய்தியை நாம் அறிய முடிகிறது.

பல யாகங்களைச் செய்து அந்தணர்க்கு பிரம்மதேயங்களை கொடை யளித்த முதுகுடுமிப் பெருவழுதியிடம் சென்று ஆடல், பாடலிசைத்து பரிசில் பெற அவன் போர்க்களத்தில் இருக்கும்போது செல்லலாம் என விறலியிடம் கூறப்படும் நிலை (புறம்.64) இப்பாண்கலை மரபினர் விழவுக் களத்தோடு, போர்க்களமும் சென்று அரசனின் வீரம், வெற்றிப் பொருண்மையைப் பாடியமைக்கு சான்றாகும்.

அவ்வை – ஒரு விறலி

வேளிருள் ஒருவனான அதியமான் நெடுமானஞ்சியைப் பாடிய அவ்வையாரும் ஓர் ஆடல் மகளே. அவ்வையாரும் தன்னை ஒரு விறலி என்றே கூறிக் கொள்கிறாள். அவ்வை விறலியரான தன் ஆயக் கூட்ட மொடு கீரை பறித்துக் கொண்டிருக்கும் வேளையில் விறலி என அழைக்கப் படுகிறாள். அவளை விளித்தவரிடம் பதில் கூறும் அவ்வை தாம் பறித்த கீரையை சோற்றோடு சமைக்க சிறிது அரிசி கேட்க, ஆய் அண்டிரனோ குன்று போல் நிற்கும் யானையை வழங்கினான் என்கிறாள். கேட்டவரின் மடமையும், கொடுத்தவன் மடமையும் பண்பாட்டு வரைவியலின் எல்லையைத் தாண்டிய வியத்தகு நிலையை நாம் காணமுடிகிறது. சிறிது அரிசி மட்டும் மன்னனிடம் கேட்ட விறலியின் பேராசையற்ற நற் பண்பும், கேட்டவளின் திறம் அறிந்து யானையை வழங்கிய மன்னனின் கொடைப்பண்பும் தமிழ்ச் சமூகத்தின் வரம்பற்ற மிகு நல்லியல் அடை யாளங்களாக திகழ்கின்றன. அவ்வையாரே தன்னை விறலி என அழைத்துக் கொள்ளும் புறப்பாட்டில் (89) இழையணி பொலிந்த ஏந்து கோட்டல்குல், மடவரல் உண்கண், வாள் நுதல் விறலி எனத் தன்னை அடையாளப்படுத்துகிறார். ஆடற்கலையின் சிறந்த இப்பாண்மகளிர் சிறந்த கவிபாடும் திறமையுடையவர் என்பதற்கு அவ்வையின் பாடல் களே சான்று. தன்னை புகழ்ந்து கவி பாடிய அவ்வையின் கூந்தலை வருடிய அதியனின் கைகள் விறலியரின் கலை மாண்பினையும், அதில் பொருதி தோற்று அன்பொழுக நின்ற தலைவர்களின் நிலையை எழுதாமல் எழுதி சென்றன என்பதையே காட்டுகின்றன. மேலும் மற் றொரு சில்வளை விறலியை ஆற்றுப்படுத்தும் பாடலில் (பு.103) அதிய மானை போர்க்களத்திலே சென்று காணுமாறு கூறுகிறாள். இப்பாடலின் முடிவில் வாழ்க! அவன் தாளே என்று தன்னை அதியனுக்கு அடியாராகக்

காட்டிக் கொள்கிறாள். பின்னாட்களில் பக்திக் காலத்திலும், பேரரசு களின் காலத்திலும் விறலியர் கடவுளின் முன்னிலையில் மட்டுமே பாடி, ஆடக்கூடிய வேண்டிய வைதீக நெறிக்கு தள்ளப்பட்டமை இங்கு நோக்கத்தக்கது. கபிலர் வேள்பாரியிடம் (புறம்.105) வாள் நுதல் கொண்ட விறலி ஒருத்தியை அவனைப் பாடிக் கொண்டு சென்று பரிசில் பெறுமாறு ஆற்றுப்படுத்துகிறார். இவள் ஆய்ஆண்டிரனிடம் செல்லுமாறு (புறம்.133) கூறப்படும் விறலி ஒருத்தி தன் நீண்ட மணமிக்க கூந்தலை உலர்த்திய நிலையிலேயே கண்டு வரச் செல்லுமாறு அறிவுறுத்தப்படுவது இங்கு முருகியல் உணர்வைத் தூண்டுவதாக உள்ளது.

பாடினி என புலவர்களால் அழைக்கப்படும் விறலி 'சென்மோ பாடினி! நன்கலம் பெறுகுவை' (பதி.87) அறிவுறுத்தப்படுகிறாள். 'சில் வளை விறலி' என பல பாடல்களில் விறலி அழைக்கப்படுவது இங்கு குறிப்பிடத்தக்கது. ஆடற் பெண்கள் சில வளையல்கள் அணிதல் என்பது இளம் பருவத்திலேயாகும். அவர்கள் ஆடும் நிலை கடந்து முதிர்ந்த நிலையில் பல வளையல்கள் அணிந்து பாடும் தொழிலுடையவராவர் என்பதுவும் மரபாக இருந்துள்ளது. இளமையில் ஆடி முதிர்ந்த பெண்கள் 'தோரிய மகளிர்' எனப்படுவர். அவர்கள் வாரம் எனப்படும் புகழ்மாலை பாடுதற்கே உரியவராவர் என்பது பேரரசு எழுச்சி பெற்ற இடைக்காலங்களின் இலக்கணமாக இருந்துள்ளது. ஆனால் இம்முறை பண்டிலிருந்தே மரபாக பின்பற்றப்பட்டிருக்க வேண்டும். ஆனால் ஒன்று பண்டைய காலத்தில் அது அரசனின் அல்லது தலைவனின் வீரம், வெற்றி, கொடை, ஆட்சிச் சிறப்பு இவற்றைப் பாடியது போக, பக்தி காலம் தொடங்கி அக்கலை கோயிலுக்கு உரியதாக மாறியது இங்கு குறிப் பிடத்தக்கது.

விறலியர் வாழ்க்கை நிலை

பதிற்றுப்பத்தின் விறலியாற்றுப்படை விறலியின் அழகு எழில் நலத்தைக் கூறும் அவ்வேளையில் அவளின் இல்லாமையையும் சுட்டத் தவறவில்லை. விறலி தன் வாழ்நிலைக்கான தேவைகளைப் பெறும் நோக்கில் புரவலரைத் தேடுபவளாகவேக் காட்டப்படுகிறாள். தமது இசைக் கருவிகளை எடுத்து பையில் போட்டு கொண்டு கொடை நல்கும் அரச னை நாடிச் செல்வதற்கு விறலியருள் ஒருவரால் அக்குழுமம் அழைக் கப்படுகிறது. அக்காலத்திலிருந்தே மற்ற கலைஞர்களைப் போலவே இவர் களும் நாடு சுற்றுவோராகவே இருந்தனர். வடக்கில் சூதர்களைப் போன்று சுற்றித்திரிந்து கூத்தாட்டுக் கதை சொல்லிகளாகவே இவர்கள் இருந் துள்ளனர் என்பது தெளிவு. சீறூர் மன்னர், அரசர், கிழார் ஆகிய கலை களை வளர்க்கும் திணைக்குரிய தலைவர்களைத் தேடி இவர்கள் பாணர் கூட்டத்தோடு சென்றுள்ளனர். பாணன் இவ்வாறு விறலியோடு (பு.141) வையாவி கோப்பெரும் பேகனை காணச் செல்கிறான். விறலியை ஆற்றுப் படுத்தும் பாடல்கள் பதிற்றுபத்திலும், சிறுபாணாற்றுப் படையிலும்

காணக்கிடக்கின்றன. வளமை குன்றிய நிலையில் அவளின் தோற்றம் 'சில்வளை விறலி' என சுட்டப்படுகின்றது. ஆதரவாளரையும், சுவைஞ ரையும் தேடி நாடு முழுவதும் அலைந்தோர் அல்லது வள்ளன்மை மிக்க தலைவர்களின் ஆதரவுக்குரிய வாய்ப்பை ஆகூழால் பெற்றோராக இவர்கள் இருந்தனர் என்கிறார் க.கைலாசபதி. அவர்கள் தம் வாழ்விற்குப் பிறர் ஆதரவையேப் பெரிதும் நம்பியிருந்தனர். புரவலர்களைச் சார்ந்து வாழும் அவர்களின் வாழ்க்கைத் தன்மையை, புறநானூற்றில் அதியமான் பரிசில் நீட்டித்த காலத்தே ஔவையாரின் கசந்த சொற்களை பாடலில் காணலாம். இந்நிலையில் விறலியாற்றுப்படை துறைகளைக் கொண்ட பல பாடல்கள் காணப்படுவதும் நோக்கத்தக்கது. ஆயினும் பாணர்க்கு பொற்றாமரைப் பூவினைச் சூட்டியும், ஒளி வீசும் நெற்றியை உடைய விறலியர்க்குப் பொன்னரி மாலை பூட்டியும் புகழ் பெற்ற சேரமன்னர் களையும் பதிற்றுப்பத்து வாழ்த்துகிறது. மேலும் ஒளி பொருந்திய நெற்றி, மடப்பம் மிக்க நோக்கு, சுடரும் புன்னகை, விளங்கும் பற்கள், அமுதம் பொதிந்த செவ்வாய், அசையும் நடை ஆகியவற்றைக் கொண்ட விறலியர் களின் பாடல், ஆடல் விளங்குமிடத்தில் அரசன் நெடும்பொழுது தங்கிய நிகழ்வினை பெண்பாற் புலவர் (பதி.51) பதிவிடுகிறார். காக்கைப் பாடினியார் நச்செள்ளையார் என்ற அப்பெண்பாற் புலவர் 'பாடினி' என்று தம்மை விறலியாகவே அடையாளங் காட்டுகிறார். வேள்பாரியோ விரையொலி கூந்தலை உடைய விறலியர் பின்தொடர பண்ணிசைத்து வரும் பாணருக்கு நாடும் குன்றும் தருவான் என்கிறார் கபிலர் (பு.109).

இவள் அவர்க்கு யாராகியரோ?
'பாணர் சென்னியும் வண்டு சென்று ஊதா;
விறலியர் முன்கையும் தொடியிற் பொலியா;
இரவல் மாக்களும்......................................'

புறம்.244

மேற்கண்ட புறப்பாடலில் வரையறாது பரிசில் வழங்கிய தலைவன் ஒருவன் மாண்ட பின்பு பாணர்களின் நிலையும் விறலியர் நிலையும் கூறப்படுகிறது. விறலியர் இரங்கத்தக்க அந்நிலையில் தங்கள் முன் கை களில் வளையல்களை அணிந்திருக்க மாட்டார்கள் என்ற செய்தி குறிப் பிடப்படுவது நோக்கத்தக்கது. பெண்கள் வளையல்களை களைவது என்பது தன் கணவனின் இறப்பிலன்றி மற்றொன்றில் இருந்திருக்க வாய்ப் பில்லை. இங்கு தலைவனாகிய அப்புரவலனின் இழப்பில் விறலியர் தங்கள் தொடிகளை இழந்து நிற்கின்றனர். 'விறலியர் வறுங்கைக் குறுந் தொடி செறிப்ப' (மது.218) வரிகளிலும், செறிதொடி விறலியர் (மது.201) என்று குறிப்பிடப்படும் விறலியரின் தொடியணிந்த கைகளோடு தன் முன் கையை நீட்டி பிணைத்துக் கொண்டு துணங்கையாடும் சேர மன்னனை படம் பிடிக்கும் பதிற்றுப்பத்து இதற்கு பதில் கூறுமோ?

1. பெண்ணேசுவர மடம் நடுகல்-விறலியர்

2. திருவரங்கம்-விறலி

3. கரியமாணிக்க வரதராஜப்பெருமாள் கோயில்-ஆடல்பெண்

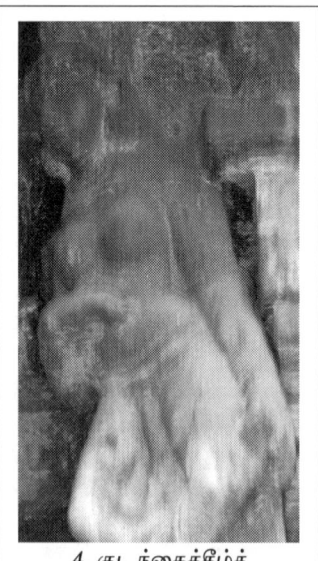

4. குடந்தைக்கீழ்க் கோட்டம்- ஆடல்மகள்

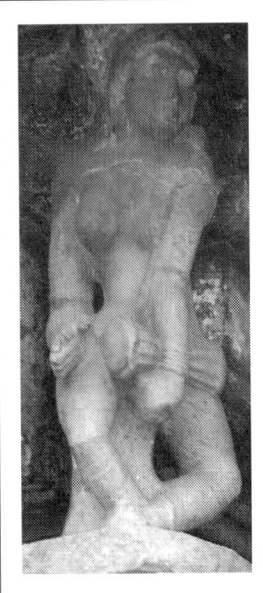

5. குடந்தைக் கீழ்க்கோட்டம்-பெண் மத்தளக்கலைஞர்

7. வீரட்டானேஸ்வரர் கோயில்-ஆடல்சிற்பங்கள்

8. காஞ்சிபுரம் வரதராஜப்பெருமாள் கோயில்-ஆடல்பெண்

9. அரசன் முன்பு நடனம்-இராமநாதபுரம் அரண்மனை ஓவியம்

10. அரசன் முன்பு நடனம்-இராமநாதபுரம் அரண்மனை ஓவியம்

ஆய்வின் முடிவுகளும் எதிர் நோக்கல்களும்

தோற்ற காலத்தில் தாய் ஒன்றை மட்டுமே ஆதிமனிதன் அறிந்திருந் தான். பெண்ணே தாய், தெய்வம் என்ற இரு நிலைகளில் மட்டுமின்றி உயிர்களை உற்பத்தி செய்யக் கூடிய மந்திரஆற்றல் நிறைந்தவளாகவும் தாய் கருதப்பட்டாள். தொல்பழங்காலத்தில் வேட்டைச் சமூகங்கள் பெண் தலைமையேற்றன. வீரத்தின் உறைவிடமாகவும், பங்கீட்டின் குறி யீடாகவும், இனக்குழுவின் அதிகாரப் பொறுப்பில் தாயர்கள் இருந்தனர். இந்நிலை படிப்படியாக மாறியதையும், தாய்வழிச் சமூகம் தந்தை வழிச் சமூகமாக உலகமெங்கிலும் மாற்றங்கொண்டதையும் தொல்வரலாறுகள் நமக்கு எடுத்தியம்புகின்றன. இந்நிலைக்கு பல்வேறு காரணங்கள் கூறப் பட்ட போதிலும் குடும்பம், சொத்துடைமை, உபரி உற்பத்தி ஆகியன மறுக்கவியலாக் காரணிகளாகும். இந்நிலையில் இரண்டாம் நிலைக்கு பெண் தள்ளப்பட்ட போதிலும் தமிழ்ச்சமூகம் அதன் முந்தைய கூறு களை நினைவிற்கொண்டு கைக்கொண்ட ஒழுகலாறுகளை சங்க இலக் கியத்திலும், வழிபாட்டுச் சடங்குகளிலும் காணமுடிகின்றது. மேலும் அண்மைக்காலங்களில் தொடர்ந்து நடைபெற்றுவரும் தமிழக அகழாய் வுகள் வெளிக்கொணரும் பண்பாட்டு எச்சங்கள் தாய்வழிச் சமூகத்தின் கூறுகளை எடுத்தியம்புவனவாக உள்ளன. குறிப்பாக தமிழகத்தின் ஈமச்சின்னங்களுள் குறிப்பிடத்தக்க ஒன்றான தாழி தாயின் வயிற்றைக் குறிப்பிடுகிறது. மேலும் அகழாய்வுகளில் கிடைத்துவரும் மட்பாண்டங் களில் பெரிய சேமிப்புக்கலன்களும் அதனையேக் குறிப்பிடுவதாகும்.

சங்க இலக்கிய புறத்திணைப்பாடல்களும், வீரயுகக் கவிதைகளும், பிற்காலத்திய இலக்கியங்களும் ஆணின் வீரத்தையும், கொடையும், போற்றுவனவாகவே அமைந்துள்ளன. பக்தி காலம் தொடங்கி பெருந்

தெய்வங்களாக ஆண் தெய்வங்களே போற்றப்பட்டு வந்துள்ளனர். இந்நிலையில் அகழாய்வுகளில் குறிப்பாக தமிழகத்தில் பெண் தெய்வ சுடுமண் உருவங்கள் அதிகளவில் கிடைத்துவருவது குறிப்பிடத்தக்கது. ஆதிச்சநல்லூர் தாய்த்தெய்வ பானையோடு, பொருந்தில் தாழி, பானை யோட்டில் மயில், சேவல் போன்ற குலக்குறியீடுகள் இவையனைத்தும் தாய்த்தெய்வ வழிபாட்டின் பண்டையக் கூறுகளாகவே கருதப்படல் வேண்டும். ஆதிச்சநல்லூர் தாய்த்தெய்வ உருவம் பொறித்த பானை யோடு வேட்டைத் தெய்வமான மான் வாகனமுள்ள கொற்றவை நெல் அல்லது கரும்புப் பயிர்களின் நீர்நிலையோடுத் தொடர்புடைய வேளாண்மைத் தெய்வமாக மாறும் ஒரு நிலையைக் காட்டுவதாக அமைந்துள்ளது நோக்கத்தக்கது.

வேளாண்மையோடு தொடர்புடைய பெண் தெய்வ வழிபாட்டில் செய்யப்படும் வளமைச் சடங்குகளை ஆய்ந்தறிதலும் இக்காலக்கட்டத்தின் இன்றியமையாதத் தேவையாகும். மேலும் அய்யனார், பிள்ளையார் போன்ற பெண் தெய்வங்களோடு தொடர்புடைய மற்றும் நீர் நிலைகளோடு தொடர்புடைய தெய்வங்களின் தொன்மத்தினை அறியும் ஆய்வுகள் வெளிவர வேண்டும். அய்யனார், சாத்தன், சாஸ்தா என்றழைக் கப்படும் வீரதெய்வ வழிபாடானது பன்னெடுங்காலமாக தமிழகத்தில் நிலவி வரும் ஆண் கடவுள் வணக்கமாகும். இதில் அய்யனார் என்பது தலைவன், வீரன் என்ற பொருளில் வழங்கப்பட்டு ஏரி, குளம் ஆகிய நீர் நிலைகளைக் காக்கும் தெய்வங்களாக வணங்கப்பட்டு வருவது கண்கூடு. சாத்தன் என்ற தெய்வம் வணிகக்குழுவின் தலைவன் என்ற பொருளில் வழங்கப்பட்டு, பின்பு சாஸ்தா என்ற வடசொல் இணைவால் தற்போது வழிபடப்படுகின்றது. இதில் மாசாத்தன் என்ற தெய்வம் காளியின் மகனாகவும், சிவனின் மகனாகவும் தேவாரத்திலும், தக்கயாக பரணி யிலும் குறிப்பிடப்படுகிறது.

அய்யன் அல்லது சாத்தன் என்ற வீரக்கடவுள் சங்க இலக்கியத்தில் குறிப்பிடப்படும் 'வேள்' உடன் ஒப்பிடத்தகுந்தது. ஒளிமிக்க வீரன் அல்லது தலைவன் என்ற பொருளில் 'வேள்' என்ற சொல் இலக்கியங்களில் கையாளப்பட்டுள்ளது. அவ்வகையில் பல்இனக்குழுக்களையும் ஒன்றிணைத்து உருவாகிய ஒளிபொருந்திய வேள் என்ற தலைவன் வீரக்கடவுள் அய்யன் ஆவான். பண்டைய தமிழ்ச் சமூகத்தில் வணிகத்தினால் 'வேள்' என்ற அரசு உருவாக்கத்தின் துவக்க நிலையில் உருவான தலைவன் சாத்தன் எனக் கொளல் மிகையாகாது. எப்படி நோக்கினும் அய்யன், சாத்தன், வேள் இவர்கள் தமிழக வீரயுக காலத்தின் ஆண் தெய்வங்கள். வேட்டை சமூகத்தில் பெண் தலைமைப் பொறுப்பேற்றிருந்த தாய்வழிச்சமூகத்தின் அடுத்த கட்ட நிகழ்வாக தாய் தன் தாய உரிமையை தன் மகவுக்கு அளித்துள்ளாள்.

இந்நிலைப்பாட்டில்தான் வேட்டைச் சமூக தாய்த்தெய்வமான கொற்றவையின் மகன்களாக கூறப்பட்ட சாத்தனுக்கும், அய்யனுக்கும், முருகனுக்கும் (வேள்) தலைமைப் பண்பு கிடைத்துள்ளது. இதிலிருந்து தந்தை வழிச் சமூகம் தமிழகத்தில் தலையெடுக்கத் துவங்கியது எனலாம். இந்நோக்கில் மேற்கண்ட வீரக்கடவுளர்களான மூன்று ஆண் தெய்வங்களின் பின்புலத்தை ஆய்ந்தால் தாய்த்தெய்வத்தின் இன்னும் பல பண்பாட்டுக் கூறுகளை வெளிக் கொணர இயலும். இவை வேட்டைச் சமூகத்திலும், மேய்ச்சல் சமூகத்திலும் நிலவிய ஒரு தன்மையாகும்.

மேற்கண்ட வேட்டை மற்றும் மேய்ச்சல் சமூகத்தினைத் தொடர்ந்த வேளாண்மைச் சமூகத்தில் பெண் முதன்மை நிலை வகித்தபோதிலும், வேளாண்மைச் சடங்குகள் வளமைச் சடங்குகளாக பெண்ணோடு இணைத்து செய்யப்பட்ட போதிலும் மற்றுமொரு ஆண் கடவுள் மகவு வடிவில் உள்நுழைவதை நாம் காணமுடிகிறது. தமிழகத்தில் அக்கடவுள் பிள்ளையார் ஆவார். பிள்ளையார் வழிபாட்டை பெரும்பாலும் வீரத்தோடு தொடர்புபடுத்த இயலவில்லை. அன்றியும் பிள்ளையார் வணக்கம் நிலம், பயிர், நீர் சார்ந்த இயற்கை உற்பத்திப் பொருட்களின் வளமை சார்ந்த சடங்குகளோடு தொடர்புடையதாய் இருக்கிறது. வேளாண் தெய்வமான கௌரியின் இடத்தை பிள்ளையார் பிடித்துக் கொள்கிறார். அவளுக்கான சடங்குகளில் இவர் இடம் பெறுகிறார். இந்நிலையிலும் தாய்த்தெய்வத்தின் வழிபாட்டில் மகவு என்ற பெயரில் முதலிடத்தைப் பெற்ற ஆண் கடவுளரின் தன்மைகளைக் காண முடிகின்றது. இவ்வாய்வின் விரிவாக்கத்தை தேவிபிரசாத் நன்கு விளக்குகிறார்.

வேளாண்மையோடு தொடர்புடைய தவ்வை என்ற தாய்த் தெய்வ வழிபாடு கி.பி. 7ஆம் நூற்றாண்டு தொடங்கி கி.பி.11ஆம் நூற்றாண்டு வரை தமிழகத்தில் செழிப்போடு இருந்ததற்கான சான்றுகளை கோயிற் சிற்பங்களில் காணமுடிகின்றது. ஆனால் இந்த தாய்த்தெய்வ வழிபாடானது பன்னெடுங்காலமாகவே போற்றப்பட்டிருக்க வேண்டும். இத்தெய்வத்தின் தாய்த்தெய்வங்களின் ஆய்வில் மற்றுமொரு முக்கிய மைல்கல்லாக விளங்குவது பெண் தெய்வங்கள் ஆண்தெய்வங்களோடு உடனுறைகளாக வைத்து வழிபடப்படுதல் ஆகும். சிவன், திருமால், முருகன் போன்ற கடவுளரோடு பெண் தெய்வங்கள் இறைத்திருமணங்களின் மூலம் இணைக்கப்பட்டமையும், திருமணங்களில் ஆண் தெய்வங்களோடு இணைய மறுத்து தனித்தே கன்னித் தெய்வங்களாக இன்று வரை அருள்பாலிக்கும் அன்னையரைப் பற்றியும், இச்செயல்களின் பின்புலங்களைப் பற்றியுமான ஆய்வுகள் தொடரப்படுதல் வேண்டும்.

தாய்வழிச் சமூகத்தின் பிரிக்கவியலாத் தன்மையாக பண்டிலிருந்து விளங்குவது தொல்குடி மக்களின் நாட்டுபுறத் தெய்வங்களாக விளங்கும் கன்னித் தன்மையுடைய பெண் தெய்வங்கள், சதிப் பெண்டிர், குடித் தெய்வங்களாக வணங்கப்படும் பெண் தெய்வங்கள், துடியுடைத் தெய்வங்களான பேய்ச்சி, நீலி, காளி, இருளாயி, காத்தாயி, இராக்காயி, வீரமாத்தி உள்ளிட்ட பலியேற்கும் வீரத்தெய்வங்கள் ஆகியவற்றின் வரலாற்றை மேற்கண்ட ஆய்வு நெறியில் ஆய்வுக்குட்படுத்தல் வேண்டும்.

மேற்கண்ட ஆய்வுகளின் நெறிமுறைகளின் படியே வெளிவரும் முடிவுகள் அல்லது புதிய கருதுகோள்கள் தமிழகத்தில் பண்டைய காலத்தில் நிலவிய தாய்வழிச் சமூகத்தின் நிலையையும் அது எவ்வாறு பொதுவுடைமைச் சமூகமாகத் திகழ்ந்தது என்பதையும், அந்நிலை மாறியதால் உருவான வர்க்க வேறுபாடுகளையும், நிலவுடைமைச் சமூகங்களின் நிலைப்பாட்டையும் அறிய பெரிதும் உதவும்.